व्यंकटेश माडगूळकर

मंतरलेले बेट

'बिग सिटी, लिट्ल बॉय'

या मॅन्युअल कॉमरॉफ लिखित
कादंबरीचा अनुवाद

मेहता पब्लिशिंग हाऊस

BIG CITY, LITTLE BOY by MANUEL KOMROFF

मंतरलेले बेट । अनुवादित कादंबरी

अनुवाद : व्यंकटेश माडगूळकर

Email : author@mehtapublishinghouse.com

© ज्ञानदा नाईक

मराठी पुस्तक प्रकाशनाचे हक्क मेहता पब्लिशिंग हाऊस, पुणे.

प्रकाशक : सुनील अनिल मेहता, मेहता पब्लिशिंग हाऊस,
१९४१, सदाशिव पेठ, माडीवाले कॉलनी, पुणे – ३०.

अक्षरजुळणी : इफेक्ट्स, २१/६ब, आयडिअल कॉलनी, कोथरूड, पुणे – ३८.

मुखपृष्ठ व मांडणी : चंद्रमोहन कुलकर्णी

मुखपृष्ठावरील लेखकाचे छायाचित्र
शेखर गोडबोले

प्रकाशनकाल : दुसरी आवृत्ती : १५ ऑगस्ट, १९९८ / १४ मार्च, २००१
मेहता पब्लिशिंग हाऊस यांची चौथी आवृत्ती : मे, २०१२ / जुलै, २०१३
पुनर्मुद्रण : नोव्हेंबर, २०१८

P Book ISBN 9788184983906
E Book ISBN 9789353170561
E Books available on : play.google.com/store/books
www.amazon.in

। एक ।

मंतरलेले बेट

जन्माला यावे, ते एखाद्या रम्य बेटावर. हे भाग्य मला लाभले. न्यूयॉर्कमधल्या 'मॅनहटन' या रम्य बेटावर माझा जन्म झाला. न्यूयॉर्क हे मोठे मजेदार शहर होते. फरसबंदी रस्त्यांचे आणि तांबड्या दगडी इमारतींचे. गुत्त्यांचे आणि अनाथालयांचे. खोपटांतल्या गरिबीचे आणि हवेल्यांतल्या श्रीमंतीचे. इथे 'फिफ्थ ॲव्हेन्यू' भागात घोड्याच्या गाड्या होत्या. शानदार बग्ग्या होत्या. गुडघाभर उंच बूट घालणारे आणि लांबलचक चाबूक वापरणारे बग्गी-हाके होते. आरोळ्यांची भेंडोळी सोडणारे फेरीवाले होते. हातचलाखी करणारे लोक होते. कामकरी पोरे होती, पिसेवाल्या टोप्या आणि बटणांचे बूट घालणाऱ्या बायका होत्या, आणि दाढी वाढविलेले पुरुष होते.

पश्चिमेकडून गुरे भरून झुकझुक करीत आगगाड्या इथे यायच्या. भलीमोठी जहाजे यायची. नदीकडेच्या रस्त्याने चालले म्हणजे, या जहाजांची उंच-उंच नाकाडे आपल्या डोक्यावर यायची.

ही गोष्ट १८९० सालातली; एक शतक उलटून दुसरे येण्याच्या थोड्या अगोदरची. हा काळ तसा मोक्याचा होता. जुनेपणाला विटलेला आणि नवेपणाला सजलेला. मोठी घडामोड या काळाच्या पोटात होती. आचार-विचारात मोठा बदल होऊ घातला होता.

माझ्या नव्या डोळ्यांनी बघितलेले हे सगळे जग किती जिवंत होते! जगातल्या सगळ्या जातीजमाती न्यूयॉर्कमध्ये गुण्यागोविंदाने राहत होत्या. गोरे लोक, काळे लोक, तांबडे लोक, भटके जिप्सी सगळे शेजारी-शेजारी राहत होते. वागत होते. अशा सरमिसळीतून अमेरिकन माणूस जन्मला.

इथे जसे नाना देशांतले नाना जातींचे लोक होते, तसे नाना धंदेही होते. नाना देशांतून येऊन मॅनहटनमध्ये राहिलेले लोक, नाना प्रकारचे धंदे आणि हुन्नर बरोबर घेऊन आले होते. खाटीक, पाव-रोटीवाले, मेणबत्त्या खोवण्याचे स्टँड बनविणारे असले नेहमीचे धंदेवाले होतेच; पण याशिवाय तुर्कस्तानातले सणगर, चीन-जपानमधले कसबी सुतार, हॉलंडमधले हिऱ्याला पैलू पाडणारे कारागीर, फ्रान्स आणि बेल्जियममधले लेस बनविणारे लेसवाले आणि स्पेनमधले चिरूट वळणारे चिरूटवाले; किती नावे सांगावीत?

'मॅनहटन' म्हणजे एक लहानसे जगच होते. अशा या जगात मी जन्माला आलो आणि अगदी सुरुवातीपासून त्याच्यावर माझा जीव जडला. कळू लागल्यापासून मला वाटू लागले की, हे गाव माझे आहे आणि मी या गावचा आहे. आणि मग या माझ्या गावात मोकळ्या अंगाने कुठेही हिंडायला मला कधी काही वाटले नाही. मन मानेल तसे भटकावे, पाहिजे ते बघावे, पाहिजे त्याची चौकशी करावी. अर्थात नाकळता होतो, तेव्हा मी फार लांब भटकत नव्हतो; पण लवकरच मी कळता झालो. धीट झालो आणि न्यूयॉर्कची गल्लीन् गल्ली पालथी घातली.

'पळवून नेतील', अशी ताकीद लोकांनी देऊनसुद्धा मी आपला एकटाच बंदरावर भटकत असे. जहाजे बघत हिंडण्यात गंमत वाटे. वर मान करून बघितले म्हणजे दोरखंडाच्या गाठींच्या गिचमिडींतून निळे-निळे आभाळ दिसे. एखादे जहाज गोदीला लागून उभे असले म्हणजे त्याच्या नाकाडाकडची दोरखंडे रस्त्यावरच्या जुन्यापुराण्या इमारतीला खेटत आणि दोरखंडांनी आवळून-आवळून नीट बांधलेली डोलकाठ्यावरची शिडे बघून तर मला अगदी विस्मय वाटे.

बरे, बंदराशी नुसती जहाजेच लागत असत असे नाही; नाना तऱ्हेच्या बोटी बघायला मिळत. मोठमोठ्या आगबोटी, शर्यतीसाठी वापरतात तसल्या लहान बोटी, जहाजांना ओढून नेण्यासाठी उपयोगात आणलेल्या भक्कम 'टग बोटी' आणि सपाट बुडाच्या 'बार्जेस बोटी' या सगळ्या बया आपापल्या परीने वेगळ्या होत्या; रूपाने आणि गुणाने बघणाऱ्याला भुरळ पडावी अशा.

लांबच्या लांब बंदरांकडून आगबोटी येत. काही युरोपकडून, काही दक्षिण अमेरिकेकडून, काही चीनहून, जपानहून, आफ्रिकेहून आणि ऑस्ट्रेलियाहून. चारी दिशांकडून या बोटी माझ्या गावाकडे येत; नाना परीचे लोक आणि अजब चीजा घेऊन त्या येत. नदीकाठच्या रस्त्याने हिंडताना, आपापल्या देशांतले रंगीत पोशाख घातलेले खलाशी आढळत– मलायी, चिनी, निग्रो.

पण ही एवढीच मजा मला माहीत होती असे नाही. आगगाड्यांच्या रूळांचे

चार फाटेही मला माहीत होते. या चकचकीत रूळावरून शिट्ट्या मारीत आणि झुकझुक करीत इंजीनवाल्या गाड्या धावत. उतारूंनी, टपालाने, मालाने भरलेल्या या गाड्या कुठल्या कुठून येत? पार वाइल्ड वेस्टकडून आणि सॅनफ्रान्सिस्कोहून!

'पार्क ॲव्हेन्यू'वरच्या रेल्वे लाइनशी उभे राहावे आणि तासन् तास मजा बघावी. एकटे वाटायला नको, सोबतीला पुष्कळ नादी पोरे असत. इंजिनाने सोडलेली वाफ, गडद काळा धूर, मागे-पुढे हलणारे पिस्टन आणि ती मोठमोठी चाके बघून अक्कल गुंग होऊन जाई. खरं तर 'पार्क ॲव्हेन्यू' म्हणजे खडखडाट करणाऱ्या फॅक्टऱ्यांनी गजबजलेला भाग. मागच्या अंगणात शेतखाने असलेल्या दरिद्री चाळी आणि लाकडी खोपटे, सगळी काळ्याकुट्ट धुराळ्याने माखलेली. पण आमच्या हिशेबी 'पार्क ॲव्हेन्यू' म्हणजे अगदी नंदनवन होते.

नुसत्या आगबोटी आणि आगगाड्या बघण्यातच सगळा वेळ घालवून मला भागण्यासारखे नव्हते; इतर पुष्कळ गोष्टी होत्या. मुख्य म्हणजे बाजारपेठ होती. लिट्ल इटली, चायना टाउन, ज्यू गॅटो असे भाग बाजारपेठेत होते, आणि रस्ते असे अजब होते की, तिथे तुर्क आणि सिरिअन लोक हुक्का पीत बसलेले दिसत. शहराच्या दुसऱ्या भागातून हंगेरियन, फ्रेंच, निग्रो, जर्मन, स्पॅनिश लोकांच्या आळ्या होत्या; त्यांतूनही मी भटकत असे. असा भटकताना माझ्या कानावर वेगवेगळ्या विलक्षण भाषा पडत, चित्रविचित्र पोशाखांतले लोक दिसत. हिंडता-हिंडता मी पेठेतील दुकानात डोकावून पाही आणि यापूर्वी कधीही न पाहिलेले खाद्यपदार्थ दिसत. सुरेख वास येई.

आणि गावच्या अगदी त्या टोकाला जुन्यापुराण्या वस्तीत किती जुनी-जुनी घरे होती, पार अमेरिकन क्रांती झाली त्याअगोदरची; जॉर्ज वॉशिंग्टनला अध्यक्षपद देण्याचा समारंभ वॉल स्ट्रीटवर झाला त्या काळची. या भागातले काही रस्ते ठोक-व्यापाऱ्यांनी व्यापले होते. एक रस्ता तर असा होता की, तिथे फक्त कॉफीची दुकाने होती. दुसऱ्या रस्त्याला नुसते चीजच मिळायचे. तिसऱ्या रस्त्याला दोरखंडे; चवथ्याला नुसते कापसाचे भोत आणि पाचव्या रस्त्याला सगळी दुकाने तेलाची! तिखट नाकाच्या पोराला नुसत्या वासावरून आपण कुठल्या भागात आहोत, हे कळावे.

या बाजारपेठांबरोबरच मला मोठी मंडईसुद्धा माहीत होती. रोज सकाळी तिथे शेतकरी लोक भाजीपाला विकायला घेऊन यायचे, कोळी लोक ताजी मासळी आणायचे. गुरांचे कळप रस्त्याने हाकीत खाटीक-खान्याकडे नेलेले दिसायचे आणि चोवीस नंबरच्या रस्त्यावर घोड्यांच्या बाजार भरलेला बघायला मिळायचा. इतर कुठल्याही ठिकाणापेक्षा घोड्यांच्या बाजारात मी जास्त रमत असे.

या बाजारात घोडी घेण्यासाठी आठवड्यातून बऱ्याच वेळा लोक गोळा व्हायचे. अनेक जातींची घोडी यायची. बग्गी ओढणाऱ्या घोड्यांना झकास आयाळ असे आणि शिकविलेल्या चालीवर टापा टाकीत ते चालत. दिसायला सुरेख असे काही दौडीचे घोडे असत; पण या दोन्हीपेक्षा गाडीला जुंपावयाच्या घोड्यांचीच या बाजारात जास्त भरती असे. यांपैकी पुष्कळ जनावरांची दाणा-पाण्यामुळे आबाळ झालेली दिसे, आणि त्यांच्या अंगावर नको त्या खोडीही दिसत. शिकार खेळणारी आयरिश घोडीही आलेली कधी-कधी दिसत. एखाद्या वेळी अरबी जातीचे घोडेसुद्धा येत.

जॉकीसारखा पोशाख केलेली पोरे घोड्यावर स्वार होत आणि गिऱ्हाइकांसमोर वरचेवर घोडी फिरवून दाखवत. रस्त्यावरून अशी घोडी वर-खाली हिंडू लागली म्हणजे गिऱ्हाइके एखादा घोडा हेरून आपसात त्याच्या अंगावर दिसणाऱ्या खोडीची चर्चा करीत. वरचेवर हातातला हंटर वाजवून चालीवर चाललेल्या घोड्याला हुश्शार करीत. इथे उभे राहिल्या-राहिल्या एखाद्या अडाणी पोरानेसुद्धा घोड्याची पारख कशी करावी, हे खडान्‌खडा शिकावे.

याच चोवीस नंबरच्या रस्त्याला उगवत्या दिशेकडे चौकाचौकांतून घोड्यांचे तबेले होते. खोगीर, तंग, तोबरा असला सरंजाम विकणारी दुकाने; लोहाराची दुकाने होती. दुकानाच्या दारातच हंटरने भरलेल्या पेट्या ठेवलेल्या दिसायच्या. त्यात झकास वॉर्निश केलेले बग्गीहाक्यांनी घ्यावेत असे हंटर, आणि गाडीहाक्यांना परवडतील असे साधे, गावठी वाणाचे हंटर असत. आत बघावे तर बूट, तंग, तोबरे, खोगीर असले सगळे सामान नीट मांडलेले असे. या गरजेच्या वस्तूंखेरीज चैनीच्या वस्तूसुद्धा दिसायच्या. काय तर म्हणे, घोड्याला उन्हासाठी गवती हॅट आणि गोमाशा डसू नयेत म्हणून अंगावर घालायला जाळी!

या दुकानांपैकी जी नामांकित होती, त्यांनी आपल्या दुकानाच्या दारात एक हुबेहूब लाकडी घोडा रंगवून उभा केलेला असे. चमकदार डोळ्यांचे हे लाकडी घोडे मला इतके आवडत की, असा एक घोडा खुद्द आपल्या मालकीचा असावा असे वाटे.

आणखी एक माझ्या आवडीची जागा होती – 'सेंट्रल पार्क'. उन्हाळ्याच्या दिवसांत इथल्या निळ्या तळ्यात मस्त बोटिंग करावे; एकरच्या एकर पसरलेल्या हिरव्यागार, मऊसूत हिरवळीवर हुंदडावे. हिवाळ्यात बर्फावरून घसरगुंडी करावी. खरी मौज होती, ती सेंट्रल पार्कमध्ये 'झू' बघण्यात. काय एकेक जनावरं! सिंह, वाघ, हत्ती, पाणघोडे, उंट, अस्वले, लांडगे. सर्वांत विशेष म्हणजे तिथली माकडांनी काठोकाठ भरलेली कोठी.

न्यूयॉर्कमध्ये कुठेही जा ना, मन रमेल असे काही ना काही आहेच. रस्ते सारखे माणसांनी आणि वाहनांनी वाहत असायचे. पायी चालणारी माणसे, सायकली,

ढकलगाड्या, घोडागाड्या, बग्ग्या, टांगे, व्हिक्टोरिया आणि वाहनेच वाहने. कुठेही जा, रस्त्यावर पडलेले लिदीचे ढीग लोटून काढण्यात गुंतलेले फराश दिसायचेच. ही माणसे कामाकामाने वाकून जायची. कारण घोडेच फार. रस्ताभर सांडत राहिलेली लीद दोन्ही हातांनी सावडून कोपऱ्या कोपऱ्यांवर तिचे ढीग रचले जायचे. (मग ते ढीग गाड्यांतून भरायचे आणि लांब न्यायचे.) रस्त्याच्या कोपऱ्या कोपऱ्यांवर टाकलेल्या या ढिगांमुळे सगळ्या गावाला घोड्याचाच वास यायचा. जागोजागी पडलेल्या या ढिगांवर, कलकल्या चिमण्यांची झुंबड पडायची. किडामुंगी टिपायला त्यांना आयते खळे मिळायचे.

या ढिगांचा आणखी एक उपयोग व्हायचा. पिऊन ठेस झालेला गडी, रात्री-अपरात्री गुत्त्यातून बाहेर पडून रस्त्याची लांबी-रुंदी मोजत चालू लागला की, रस्त्यावरची गुलाम पोरे त्याला नेमकी या ढिगात ढकलून टाळ्या पिटायची.

या नित्याच्या गोष्टींबरोबरच नेहमी काही विशेषही घडत असे. एखादा घोडा सुटून पळे, चोरी-दरवडा होई. कुठे ना कुठे झकास आग लागे. मग रस्त्यावरून आगीचा बंब घंटा घणघणत धावे. बंब ओढून नेणारे घोडे फरसबंदी रस्त्यावरून दाणदाण धावताना, टापाच्या नालांनी ठिणग्या उडत. शिट्टी वाजे. गल्लीतली, आजूबाजूची पोरे बंबाच्या गाडीमागून धावत. झक्कास लागलेली आग, इमारतीत अडकून पडलेल्या लोकांच्या किंकाळ्या, त्यांची शिड्यांवरून खाली उतरण्याची, खालच्या जाळ्यांत उड्या घेण्याची घाई, हे सगळे बघायला कशी मजा येई!

माझ्या आजोबांचे चिरुटाचे दुकान होते, बावन्न नंबरच्या रस्त्यावर. खाली दुकान आणि वर मी, आजी-आजोबा राहत असू. ही दुकानाची जागा फार मोक्याची होती. शेजारीच आगीचा बंब होता. पोलीस चौकी होती. रेल्वे स्टेशनही फार लांब नव्हते. शाळा तर दोन चौक ओलांडले की येई. विशेष म्हणजे आमचे हे दुकान आणि घर आयरिश लोकांच्या वस्तीत होते. ही वस्ती अगदी छान होती.

रोज दुकानात नाना तऱ्हेची गिऱ्हाइके येत. मी आपला आजोबांना मदत करीत-करीत गिऱ्हाइकांची बोलणी ऐकत असे. गिऱ्हाइकांमध्ये पोलिसांचे गिऱ्हाइक फार असे. निळ्या रंगाचा युनिफॉर्म आणि उंच टोप्या घातलेले पोलिसलोक बरेच येत.

गुप्त पोलीस आणि आगीचे बंबवालेसुद्धा येत. कुणाला चिरूट, कुणाला खायची तंबाखू, तर कुणाला तपकीर हवी असे. ही पोलीस गिऱ्हाइके येताना काहीतरी विशेष बातमी घेऊन येत. काय तर म्हणे, आज एका जुगारी अड्ड्यावर छापा घातला. परवा खोटी नाणी पाडणारी टोळी पकडली. ही बघा असली खोटी

नाणी! आणि चक्क ती नाणी आम्हाला बघायला मिळत. बंबवालेसुद्धा बातम्या सांगत. आपण तमक्या वेळी विलक्षण छाती दाखवून अमक्याची सुटका कशी केली आणि फलाण्या-फलाण्याला मरता मरता कसे वाचवले. तमक्या वेळी बापडी लहान मुले कशी आगीत सापडली होती आणि फलाण्या वेळी धडधडत्या आगीतून, तबेल्यातले घोडे कसे बाहेर काढले; आम्ही लोकांनी! अशा नाना तऱ्हेच्या गोष्टी ऐकायला मिळत.

बंबवाले, पोलीस, गुप्त पोलीस यांशिवाय दुकानाला आणखीही गिऱ्हाईक असे. काही-काही गिऱ्हाइके तर हटकून रोज येत. एक ओलिअरी बाई होत्या. त्यांची तपकीर सारखी संपे. फिडल बनविणाऱ्या ॲडॉल्फला रोज चिरूट लागत. एक हॅडले होते, ते पाइपची तंबाखू घ्यायला येत. एक क्वॉफ नावाचे नट होते. त्यांना सारखी रशियन विडी लागे; निकलला दोनवाली!

तपकीरवाल्या बाई छान होत्या. नेहमी आनंदी असायच्या. त्यांचे निळे डोळे नेहमी आनंदाने चमकायचे. त्यांची एक तक्रार होती, ती संधिवाताबद्दल. पण या आजारामुळे चर्चला जाण्यात कधी आडकाठी आली नाही. या बाई कोपेनहेगनची तपकीर न्यायच्या. एक औंस तपकीर त्यांना फार तर दोन दिवस पुरायची. तेवढी संपली की, पुन्हा त्या दोन औंस न्यायला आमच्या दुकानी यायच्या.

फिडलवाल्या ॲडॉल्फला फार 'मते' होती. तो सायन्सच्या विरुद्ध होता. यंत्राच्या विरुद्ध होता. बदल, सुधारणा काही-काही त्याला पसंत नव्हते. फिडलमध्ये जसा बदल करणे शक्य नाही, तसा जगातही करणे शक्य नाही, असे त्याचे ठाम मत होते. बिस्मार्क हा जगातील सर्वश्रेष्ठ पुरुष आहे आणि कैसर हा त्याचा वारस आहे, यावर त्याचासुद्धा विश्वास होता.

उलट मिस्टर हॅडलेचे सगळे विरुद्ध. त्याचे डोळे नेहमी भविष्यकाळाकडे असत. बदल हा झालाच पाहिजे, असा त्याचा आग्रह होता. प्रत्येक विषयासंबंधी त्याची-त्याची अशी स्वतंत्र मते होती. सर्वत्र मान्य असलेल्या मताची त्याला बिलकूल किंमत वाटत नसे. हॅडले चिडखोर माणूस होता आणि त्याची उदार मते ऐकून माझे आजोबा चिडत असत. असे असूनसुद्धा आजोबा गंभीरपणे म्हणत की, 'हॅडले हा एक स्वतंत्र बुद्धीचा माणूस आहे, यात शंका नाही.'

मिस्टर क्वाफने कधीकाळी शेक्सपीअरच्या नाटकांतून कामे केली होती. शिवाय चर्चमधल्या प्रार्थना म्हणण्याबाबत विशेष अभ्यासही केला होता. हा इसम नित्याचा तालमीत गुंतलेला असायचा. प्रयोगात कधीही नसायचा. त्याचे बोलणे, चालणे, बसणे सगळे कसे नाटकातल्यासारखे असायचे. नाटके, अभिनय, पुस्तके, पेंटिंग याच जगात तो नेहमी असायचा. वल्लीच होती ती. आला म्हणजे कधी हॅम्लेटचे संवाद घडाघडा म्हणून दाखवायचा, तर कधी हेन्री आयर्विंगच्या

लोकप्रिय नाटकातला प्रवेश ऐकवायचा. त्याचे हे ज्ञान पाहून मी थक्क होत असे.

आमच्या दुकानाबाहेर एक लाकडी रेड इंडियन उभा केलेला होता. दरवाज्याच्या एका बाजूला उभ्या राहिलेल्या या रखवालदाराच्या हातात चिरुटाचे बंडल असे. त्याच्या डोक्यावरचा लाकूड कोरून पिसाचा मुकुट केलेला होता. अंगावरचे बाकीचे कपडे रंगीत दाखविलेले होते.

दरवर्षी आजोबा हा लाकडी रेड इंडियन रंगवीत असत. या कामी अनेक वर्षे मी त्यांच्या हाताखाली काम करीत असे. पुढे-पुढे मग रंग लावण्याचे हे काम करण्याइतपत मी स्वत:च मोठा झालो.

लाकडी रेड इंडियन रंगवणे, हे काम काही वाटते तितके सोपे नाही. पहिल्यांदा विचार करावा लागतो, तो हवेचा. मग रंगाची भानगड, वेगवेगळे रंग मिसळून हवा तो रंग करायचा. हे एकदा करून भागत नाही. दरवर्षी रंगात नावीन्य पाहिजे. रंगाबद्दल निर्णय घेणे, हेच हुशारीचे काम. एका वर्षी रेड इंडियनच्या अंगरख्याचा रंग पिवळा, झग्याचा रंग उठावदार तांबडा, दुसऱ्या वर्षी अंगरखा हिरवा तर झगा नारिंगी. त्या मानाने डोक्यावरचा पिसाचा मुकुट रंगवायला सोपा. प्रत्येक पिसाला वेगळा-वेगळा रंग दिला की बास! दरवर्षी कपड्यांचे रंग बदलले, तरी एक बरे होते; रेड इंडियनच्या अंगाचा आणि त्याच्या हातातल्या चिरुटाचा रंग बदलण्याची भानगड नव्हती.

हा लाकडी रखवालदार बाहेर होता आणि आत धातूचा निग्रो पोऱ्या. मागे आरसा ठेवून त्याला पांढऱ्या संगमरवरी ओट्यावर थाटात उभा केला होता. पोऱ्याच्या तोंडात सिगारेट होती. ती सारखी पेटत असायची. गिऱ्हाइकांना पाहिजे तेव्हा त्याने आपली सिगारेट या सिगारेटवर पेटवावी. पोऱ्याच्या दोन्ही बाजूंना दोन भांडी ठेवलेली. एकात पातळ ढलप्या असत. निग्रोने तोंडात धरलेल्या सिगारेटमधून निघणाऱ्या गॅसच्या बारीक ज्योतीवर गिऱ्हाइकाने ढलपी पेटवायची. आपली सिगरेट शिलगावयाची आणि ती जळती ढलपी दुसऱ्या भांड्यात टाकायची. निग्रो पोराच्या विरुद्ध दिशेला लांबलचक काउंटर होता आणि चिरुटाच्या पेट्यांनी भरलेला मांड होता. फळीवर तपकिरींनी भरलेले लहान-मोठे घडे होते. हॉलंड, डेन्मार्क, आयर्लंडमधून मागविलेली तपकीर या घड्यांतून ठेवलेली असे. काउंटरवर चकचकीत पितळी तराजू आणि वजनाचा सेट ठेवलेला असे. शिवाय शिंगांचे बनविलेले चमचेही असत. सर्दावलेली तपकीर कागदी पिशव्यांत भरायला या चमच्यांचा उपयोग होई.

आजोबांच्या दुकानात नाना जातीची पाइपची तंबाखूसुद्धा ठेवलेली असे, खायची तंबाखूही असे. खायच्या तंबाखूची विक्री फार होई. या तंबाखूचे पाच आणि दहा सेंट किमतीचे वाटे फार विकले जात. खरं तर पाच किंवा दहा सेंट किमतीचीच

हरेक वस्तू विकली जाई. किरकोळ गिऱ्हाइके तेवढ्याच किमतीच्या वस्तू घेत. मोठी गिऱ्हाइके मुळीच नव्हती असे नाही, काही होती. एक डॉक्टर लँबर्ट होते. लेक्सींग्टन भागात राहणारे. (हा भाग फॅशनवाल्या लोकांचा भाग म्हणून प्रसिद्ध होता. या भागातल्या घरांच्या भिंती, फुलीसारख्या तलवारी लावून सजविलेल्या असत.) हे साहेब चिरुटाच्या पेट्या खरेदी करीत. प्रत्येक पेटीला दोन डॉलर आणि पन्नास सेंट पडत. या गिऱ्हाइकाने खरेदी केलेला माल घरपोच करण्याची कामगिरी नेहमी माझ्यावर सोपविण्यात येई.

तपकीर, खाण्याची तंबाखू, चिरूट यांशिवाय आजोबांच्या दुकानात सिगारेटीसुद्धा असत. हा षोक फार हलका समजला जाई. सिगारेटी ओढणाऱ्या लोकांकडेही वेगळ्या नजरेने बघितले जाई.

आजोबा नेहमी म्हणत, 'बोंबलभिके असतात तेच सिगरेटी ओढतात.'

आणि हे ते अशा काही पद्धतीने म्हणत की, सिगरेटी ओढणाऱ्या सर्व लोकांचा शेवट काही चांगला होणार नाही, असे मला वाटे.

आजोबांचे असे मत होते, तरी सिगारेटी तयार करणारे कारखाने भरभराटीतच होते. रंगीबेरंगी जाहिराती काढून ते आपला माल विकणाऱ्या दुकानांवर त्या मोठ्या जाहिराती डकवीत. काही हुशार कारखानदार तर सिगारेटच्या पाकिटांतून प्रसिद्ध नट्यांची चित्रे घालीत. त्या नट्यासुद्धा साध्या नव्हेत, तर तंग पोशाख केलेल्या. तरणीताठी माणसे ही चित्रे जमवीत आणि आपल्या खिशांतून वागवीत. एकाच नटीची दोन-दोन चित्रे जवळ जमली, तर ही हौशी माणसे बदलाबदली करून दुसऱ्या नटीची चित्रे जमवीत. साहजिकच हळूहळू सिगारेटींचा खप वाढत गेला आणि लवकरच खायची तंबाखू आणि तपकीर या वस्तू मागे पडून सिगारेटींना भाव आला.

कहर म्हणजे बायासुद्धा सिगारेटी ओढू लागल्या. पण इतके झाले तरी लोकांच्या दृष्टीने सिगारेट ओढणे, हे भिकार लक्षणच समजले जात होते. लोकमत म्हणाल, तर सिगारेटच्या विरुद्धच होते. सेंट्रल पार्कमध्ये उघड्या गाडीतून सिगारेट ओढीत जाण्याबद्दल एका बाईला अटकसुद्धा झाली. वाईट वर्तणुकीचा गुन्हा तिच्यावर भरण्यात आला.

जोडधंदा म्हणून आजोबा जाहिरातीचा धंदा करीत. दैनिक वर्तमानपत्रांतून प्रसिद्ध करण्यासाठी ते लहान जाहिराती स्वीकारीत. हा जोडधंदा, दुकानाच्या मागल्या बाजूला टाकलेल्या एका जुन्यापुराण्या टेबलावर चाले. भांडवल फार थोडे लागे. वहीतून फाडलेले काही कागद, टाक-दौत आणि टीपकागद, बास!

दिसायला साधा धंदा होता, पण त्यात मजाही होती. कुणाला नोकरी पाहिजे, कुणाला घरकामाला गडी पाहिजे, कुणाच्या घरचा पियानो विक्रीला निघाला आहे,

हे सर्वांच्या आधी आम्हाला कळत असे. कुणाचा कुत्रा हरवला, कुणाचा घोडा चोरीला गेला तर पहिली बातमी आम्हाला.

काही गिऱ्हाइके आपल्या जाहिराती आपणच लिहून आणीत. पुष्कळ जण या कामी आजोबांची मदत घेत. जाहिरात लिहिण्यात आजोबांचा अगदी हातखंडा होता. शब्द कसे वाचवावेत आणि नेमका मजकूर कसा लिहावा, हे त्यांना बरोबर ठाऊक असे. बारीक टोकाच्या टाकाने स्वच्छ अक्षरांत ते जाहिराती लिहीत. लिहिताना टाकाच्या बाबतीत मात्र एक अडचण त्यांना नेहमी येई. कधी कागदाची धस्कटे टोकाला चिकटत, तर कधी तळाची घट्ट शाई. अशी अडचण आली रे आली की, आजोबा लगोलग टाकाचे टोक आपल्या कानावरल्या केसाला पुसून घेत. असे पुसून-पुसून आठवड्याच्या शेवटी त्यांच्या पांढऱ्या डोक्याची उजवी बाजू काळीभोर होऊन जाई.

मी आणि आजी, आजोबांच्या डोक्याला लागलेली शाई बघून धंदा नरम आहे का तेज आहे, हे नेमके सांगत असू.

नाना तऱ्हेच्या अडचणी सांगायला आमच्याकडे लोक येत. त्यामुळे मला आणि आजोबांना आजूबाजूला काय घडले, याची बित्तंबात बातमी लागे.

कितीदा मी बघितलंय एखादा इसम घाईघाईने येऊन माझ्या आजोबांना बजावत असे, 'हे बघा, माझ्या बायकोनं केलेल्या देण्याला मी मुळीच जबाबदार नाही. तिनं माझं घर सोडलंय. खुशाल दुसरा घरोबा कर म्हणावं. करा जाहीर, दोन ओळीतच हं! जास्ती खर्च करावा इतकी तिची लायकी नाही.'

अनेकदा कोणी विधवा किंवा टाकलेली बाई येऊन म्हणे, 'माझा मुलगा हरवलाय हो; माझा नवरा कुठे नाहीसा झालाय हो.' असली जाहिरात आली की, आम्हाला दुःखीकष्टी आयुष्याचे संपूर्ण रामायण ऐकायला मिळे. प्रपंचाचे महाभारत दिसे.

मी शब्दन् शब्द लक्ष लावून ऐकत असे आणि ऐकताऐकता किती गोष्टी समजत. किती नवीन शिकायला मिळे. माझ्या आजोबांचे दुकान म्हणजे, एक 'जीवन-शिक्षण-मंदिर' होते. तापदायक पुस्तके आणि त्रासदायक शिक्षकाशिवाय या संस्थेत माझे विनासायास सगळे शिक्षण पार पडले.

रोज रात्री आठाच्या सुमाराला प्रत्येक जाहिरात आणि तिला लागणारे पैसे पाकिटात बंद करून झाले की, मी आणि आजोबा कोट-टोपी चढवून बाहेर पडत असू. दुकानाचा ताबा आजीकडे देऊन वर्तमानपत्राच्या कचेरीकडे जायचे म्हणजे फार लांबचा पल्ला नव्हता. फक्त एक चौक चालून जायचे. लगेच स्टेशन येई. इथे मात्र दोन उंच जिने चढावे लागत. ते चढून जाईपर्यंत आजोबांची चांगलीच दमछाक होई. मला मात्र काही होत नसे. टणाटण उड्या मारत, एका

उडीत दोन-दोन पायऱ्या ओलांडत मी जिना चढून जाई. रेल्वेत बसून जायचे म्हणजे मला अगदी विशेष वाटे.

जिन्याच्या पायरीवर मला आजोबांची वाट बघत थांबावे लागे. तिकीट घेण्याचे काम आजोबा करीत. आम्हा दोघांना मिळून एक तिकीट पुरे होई. कारण आमच्या वेळी सात वर्षांच्या खालच्या मुलांना तिकीट पडत नसे; फुकट प्रवास. पुढे मी मोठा झालो आणि मग मात्र आजोबांना दोन तिकिटे काढावी लागली. पण लहान होतो तोपर्यंत, ते पाच सेंटचे एकच तिकीट काढीत आणि लगोलग माझ्या हवाली करीत. तिकीट चेकरच्या देखत हे तिकीट पेटीत टाकायचा मान मला मिळत असे. तिकीट टाकून मोकळे झालो की, आम्ही घाईने फलाटावर येऊन गाडी येतेय का, हे बघत असू. काही वेळा गाडी आलेलीच दिसायची आणि एका मिनिटात आम्ही डब्यात जाऊनही बसायचो.

गाडी ओढणाऱ्या लहानशा वाफेच्या इंजिनाचा तांब्याचा बॉयलर घासून चकचकीत ठेवलेला असे. इंजीनला असलेल्या नाना पितळी नळ्याही चकचकीत असत. इंजीन चालविणारा माणूसच कोळसा भरण्याचे कामही करी. मधल्या स्टेशनवर थोडा वेळ गाडी थांबे, लगबगीने उतारू चढत-उतरत, तेव्हा इंजीनवाला माणूस घाईने खाली उतरून फलाटावर असलेल्या कोळशाच्या पेटीतून कोळसा घेई आणि इंजिनातल्या भडकत्या चुलवणात टाकी. इंजीन आखूड शिट्टी देई आणि हले. दहा-पाच वेळा झाकऽ झुकऽ झाकऽ झुकऽ असे फुस्कारे सोडल्यावर त्याला वेग येई आणि गाडी पळू लागे.

दुकानापासून वर्तमानपत्राच्या कचेरीपर्यंतचा प्रवास सारा अर्ध्या-एक तासाचा, पण तेवढ्यात किती बघायला मिळे. गाडी सुरू झाली, स्टेशने घेऊ लागली की, प्रत्येक स्टेशनला वेगळ्या देशाचे लोक गाडीत चढत. रस्ता नंबर त्रेपन्नचे स्टेशन आले की, चढले आयरिश लोक गाडीत. चौदा नंबर स्टेशन आले की जर्मन, आठ नंबर आले की हंगेरियन, ग्रँड स्ट्रीट आले की ज्यू, मग चिनी आणि इटालियन. गाडीत बसल्या-बसल्या अनेक देशांच्या लोकांबरोबर प्रवास व्हायचा; त्यांची भाषा कानांवर पडायची. जाता-जाता गाडीच्या दोन्ही बाजूंना असलेल्या उंच इमारती उलट्या पळायच्या. त्यांच्या उघड्या खिडक्यांतून खुशाल घरात पाहावे. खिडकीगणिक वेगळा देखावा. खिन्न स्वयंपाकघरे, वळवळणारी पोरे, कसे तरी पसरलेल्या अंथरुणात झोपी गेलेली माणसे, खिडक्यांतून ओणवून बघणाऱ्या लठ्ठ बाया.

शेवटी ब्रुकलिन ब्रिज स्टेशन आले की, गाडीतून उतरून आम्ही गडबडीने वर्तमानपत्राच्या कचेरीकडे जात असू. हे ठिकाण म्हणजे बातम्यांचा अड्डा. त्या काळी स्थानिक किंवा जागतिक बातमी कळायचे एकच एक साधन म्हणजे वर्तमानपत्र.

प्रत्येक जण वर्तमानपत्र वाची, अनेक वर्तमानपत्रे प्रसिद्ध होत. वृत्तपत्राची कचेरी हे फार महत्त्वाचे ठिकाण होते. शहराची नाडी इथे हाताला लागत असे, आणि अशा महत्त्वाच्या ठिकाणी राजरोस वावरण्याची संधी आम्हा दोघांना मिळत असे. पुष्कळदा सर्व शहराअगोदर महत्त्वाची बातमी आम्हा दोघांनाच समजत असे.

आजोबा आपल्या कामाला लागत आणि मी या खोलीतून त्या खोलीत भटकत असे. काय चालले आहे, कसे चालले आहे, हे बघत असे. वर्तमानपत्राचे जग काही वेगळेच होते.

कोणत्याही विभागात शिरा; तिथे काहीतरी खळबळजनक चाललेले असे. सगळी कचेरी चिरुटाच्या धुराने भरलेली. शर्टाच्या बाह्या सावरून मंडळी टेबलाशी बसून कॉप्या लिहिण्यात गर्क झालेली. कुणी टेलिग्राफ मशीनशी, कुणी टाइपरायटरशी बसून कामात दंग. कुणी काळ्याशार शिसपेन्सिलींनी 'हेड लाइन्स' लिहिण्यात गुंतलेले. आत्ता साधे वाटणारे हे लिहिणे, पण ती उद्याची खळबळजनक ठळक बातमी असे. उद्याची ठळक बातमी लिहिणारे हे लोक मला फार मोठे लोक वाटत. बाकीचे लोक नुसत्या बातम्या लिहीत, साध्या बातम्या!

इकडे-तिकडे हिंडताना पाहून कचेरीतले लोक मला ओळखू लागले. थोडे थांबून ते मला काही प्रश्न विचारत. मग मलाही उत्तरे द्यावी लागत. अवघड वाटे कारण बोलताना तटण्याची मला खोड होती.

"हॅलो किड, कुठला तू, ब्रुकलिनचा?" ही कोटी आहे, हे मला ठाऊक होते. नाहीतर मी ब्रुकलिनचा असे कुणाला तरी वाटेल का?

मी हसून म्हणे, "नाही साहेब, मी इथलाच."

"कुठे राहतोस?"

"बावन्न नंबरच्या रस्त्यावर."

"रोज रात्री येतोस का इकडे?"

"हो, माझे आजोबा जाहिरात एजंटाचा धंदा करतात, त्यांच्याबरोबर येतो."

"अस्सं, काय वय तुझं?"

"सात."

"शाळेला जातोस का?"

"हो, शाळा नंबर अठरा. एकावन्न नंबरच्या रस्त्यावर आहे."

"शाळा आवडते का?"

"नाही साहेब, गेल्या वर्षी मला नापास केलं. वरच्या वर्गात घातलं नाही."

"हो? काय शिकवितात शाळेत?"

"पुष्कळच! गणित, शुद्धलेखन, भूगोल आणि खर्डे गिरवणे."

"तुला सगळ्यात काय आवडतं?"

"खर्डे काढणं."

"मग मला तुझं नाव लिहून दाखव बरं. हा घे, टाक."

मग मी टाक घेऊन वळणदार मोठ्या अक्षरांत माझं नाव लिहून दाखवी.

"अरे वा!" माझे नाव बघूत तो माणूस म्हणे, "पहिलं नाव स्पॅनिश दिसतं आणि शेवटचं रशियन वाटतं. तू स्पॅनिश का?"

मी मान हलवून म्हणे, "नाही."

"मग रशियातून आला काय तुम्ही?"

"हो."

"किती वर्षं झाली?"

"माहीत नाही. माझे पणजोबा आणि पणजी आले म्हणे; आजोबासुद्धा आले त्यांच्याबरोबर."

"पणजोबा आणि पणजी अजून आहेत का?"

"नाही, पणजी वारली. पणजोबा आहेत."

"कुठे आहेत?"

"आजारी आहेत दवाखान्यात. कधी रविवारी त्यांना भेटायला मला तिकडे नेतात."

"अस्सं, फार थकले असतील आता."

"होय साहेब, फार म्हातारे आहेत पणजोबा. सांताक्लॉजसारखी पांढरी धोट दाढी आहे त्यांना आणि त्यांच्यापाशी सोन्याचं घड्याळ आहे, चावीचं. ती चावी त्यांनी साखळीत ठेवलीय आणि बरं का, त्यांच्यापाशी पिस्तूल आहे, खरं-खरं पिस्तूल. आपल्या उशाखाली ठेवतात नेहमी. मी भेटायला गेलो ना, म्हणजे दाखवा म्हणतो. मग ते मला दाखवतात. पण गोळ्या नाहीत, मोकळंच आहे. फार म्हातारे झालेत आमचे पणजोबा. त्यांचे हात सारखे हलतात."

"अस्सं! आणि काय रे, तुझे आजोबा रोज आणतात का तुला इकडे?"

"होय साहेब, बहुतेक रोज आणतात."

"हं, तू आवडता दिसतोस त्यांचा."

"हो, तसं आहे."

"मग तू राहतोस आजोबांकडे?"

"हो."

"आणि तुझे आई-वडील कुठे असतात?"

"काडीमोड. ते एकत्र नाहीत."

"आईला भेटतोस का कधी?"

''हो, नेहमी. पण तिला फार काम असतं.''

''कसलं रे?''

''वकिली करते माझी आई. कोर्टात जाते.''

''अस्सं, अस्सं! वकिली करणाऱ्या बायका फार कमी.''

''एकच आहे म्हणे सबंध न्यूयॉर्कमध्ये. माझी आई दुसरी.''

''हुशार असली पाहिजे.''

''हो, तिचे फोटोसुद्धा छापून आलेत वर्तमानपत्रात.''

यावर त्या माणसाने मी लिहिलेले नाव पुन्हा एकदा पाहिले. म्हटले, ''हां, हे नाव पाहिल्याचं आठवतं खरं. फोटो आला होता खरं. मला वाटतं गेल्याच वर्षी त्यांना सनद मिळाली.''

''होय साहेब,'' मी पुन्हा सांगितले, ''तिचा फोटोसुद्धा आला होता छापून.''

''आणि वडील कुठे असतात तुझे?''

'ते ना, लांबच्या गावी राहतात. न्यूयॉर्कला कधीमधी येतात.''

दरम्यान काम संपवून माझे आजोबा हॉलमध्ये आलेले होते. मला शोधत होते. मग मी घाईघाईने निरोप घेतला आणि आजोबांकडे गेलो.

''काय रे, तिथे काय करीत होतास?''

''त्या माणसाशी बोलत होतो.''

''त्या? तुला माहीत आहे का कोण आहेत ते?''

''नाही, कोण?''

''वा:, स्टीव्हन्स साहेब. मुख्य संपादक या वर्तमानपत्राचे.''

स्टीव्हन्स साहेबांसारख्या मोठ्या माणसाने एका चिमुरड्या पोराशी बोलावे, ही गोष्ट आजोबांना अगदी विशेष वाटत होती. त्यातल्या त्यात हा चिमुरडा पोरगा म्हणजे आपला नातू असावा, हे आणखीन विशेष.

◆

याच वर्षाच्या वसंत ऋतूमध्ये मी पहिल्यांदा बोटीचा प्रवास केला. बाहेरचे जग पाहिले. पणजोबा वारल्यामुळे ही संधी मिळाली.

पणजोबांच्या स्मशानयात्रेला काळे घोडे जुंपलेले एक आणि इतर तीन गाड्या होत्या. पणजोबांच्या गाडीमागच्या गाडीत आजोबा, आजी आणि मी होतो. बाकीच्या दोन गाड्यांत आमचे नातेवाईक होते. आम्ही सावकाश जात होतो. चौकामागून चौक मागे पडत होते. मैलामागून मैल जात होते आणि आजी सारखी रडत होती. मला मात्र सहलीला निघाल्यासारखे वाटत होते.

मी आपला खिडकीपाशी बसलो होतो, आणि बाहेर बघत होतो. वसंत ऋतूमधला छान दिवस असल्यामुळे लोक घराबाहेर पडले होते. बायका, पुरुष उभ्या राहिल्या-राहिल्या बोलत होते, मुले खेळत होती. रस्त्यात दोनदा आम्हाला मरून पडलेले घोडे दिसले, आणि मैलांचे दगडसुद्धा दिसले. त्यांचा रंग गेला होता, तरी बोस्टन किती मैल आहे हे वाचता येत होते.

छान ऊन पडले होते. त्यामुळे रस्त्यावर येणारे नाना वास उधसले होते. घोड्याच्या लिदीच्या वासात रस्त्याकडेला पडलेल्या राखेचा, बायकांनी टाकलेल्या भाजीपाल्याचा वास मिसळला होता. मी गाडीत होतो. त्यामुळे या वासात पुन्हा कातड्याचा आणि घोड्याच्या अंगाचा वास मिसळत होता. हे सगळे मिश्रणच मला मोठे मस्त वाटत होते.

कितीतरी वेळ आम्ही आपले चाललो होतो. ही ट्रीप लांबची होती, पण छानही होती. शेवटी आम्ही अगदी कडेला आलो. इथे आमच्या बेटाची हद्द संपली होती. गाड्या थांबल्या. तरीची वाट बघत आम्ही उभे राहिलो. फार वेळ वाट बघावी लागली नाही; तर आली आणि आमच्या गाड्या तिच्यावर चढल्या.

आतापर्यंत मी नाना तऱ्हेच्या बोटी आणि तरी पाहिल्या होत्या. पण पाण्यावरून प्रवास असा केला नव्हता. गाडीतून खाली उतरून मला सगळे बघावयाचे होते. मग आजोबा आणि मी खाली उतरलो. माझ्या हाताला धरून आजोबांनी मला हिंडवले. इंजीनच्या खोलीत आम्ही डोकावलो आणि वर-खाली होणारे पिस्टन पाहिले. वरच्या डेकवर चढलो आणि तरीची भलीमोठी चाके बघितली. ती सारखी फिरत होती, पाणी घुसळत होती. तर पुढे-पुढे जात होती, तसतशी मागे पाण्यावर लांबच लांब वाट दिसत होती.

दूरवर बंदरात लागलेल्या बोटी आणि धुक्यातून वर उठलेला स्वातंत्र्यदेवीचा भव्य पुतळा दिसत होता.

बोट पाण्यावरून चालली होती. भराभरा वाहणारा वारा तोंडावर येत होता. समुद्रावरच्या वाऱ्याला किती छान वास असतो. मी मजेत होतो. पण लवकरच स्टेटन बेटाची गोदी दिसायला लागली आणि आम्हाला पुन्हा गाडीत चढून बसावे लागले. मग आमची तर हिंदकळत, डुचमळत गोदीला लागली. फळ्या आणि लोखंडी साखळ्या वाजल्या. बराच आवाज झाला, मग शांत झाले. आमच्या गाड्या तरीवरून खाली गोदीत घरंगळल्या.

सिल्व्हर लेक स्मशानभूमीकडे जाणाऱ्या रस्त्यावरून स्मशानयात्रा जाऊ लागली. दगडांवरून मातीतून गाड्या सावकाश जाऊ लागल्या. झाडेझुडपे मागे पडत होती, मोकळी राने लागत होती. आजवर मी बघितलेली गुरे, घोडी बांधल्याजागी गवत

खात. पण या रानातून घोडे आणि गुरे हिरव्या गवतावर चरत होती. पाखरांचे गाणेही आम्हाला ऐकायला आले आणि ही पाखरेसुद्धा मी पाहिलेल्या चिमण्यांपेक्षा वेगळी होती.

'स्टेटन आयलंड' हे ठिकाण मला मोठे विलक्षणच वाटले. इथल्या रस्त्यांना फुटपाथ नव्हते, पण रस्तेही फरसबंदी नव्हते. घरे लाकडाची आणि एकमेकांपासून दूर-दूर होती. हे असे का हे मला कळेना. आश्चर्यच वाटले. इतके दिवस माझी कल्पना होती, जगातील इतर ठिकाणे न्यूयॉर्कसारखीच आहेत. लाल दगडाने बांधलेल्या इमारतींच्या ओळी, वाहनांनी आणि माणसांनी गजबजलेले लांबच लांब रस्ते सगळीकडेच असतील. ही सगळी शहरे, माझ्या गावी येतात त्या बोटींनी आणि आगगाड्यांनी एकमेकांशी जोडलेली असतील. आता पाहतो आहे, अशी लांबच लांब मोकळी राने (सेंट्रल पार्कसारखी, पण तितकी वज नसलेली.) कुठे असतील, हे माझ्या कधी स्वप्नातही नव्हते. एकाएकी जगासंबंधीची माझी कल्पना लटकी ठरली आणि मी अस्वस्थ झालो.

आणखी एखाद-दुसरा मैल गेला आणि मग माझे मलाच वाटले, ठीक आहे काय बिघडले? जगात काही शहरे असावीत आणि काही खेडी, मोकळी रानेही असावीत ही कल्पना काही वाईट नाही. मग आम्ही स्मशानभूमीत पोहोचलो, गाड्यांतून खाली उतरलो. जमिनीत खणलेल्या एका मोठ्या खड्ड्याभोवती गोळा झालो. खड्डा फार खोल होता आणि त्याच्या तळाशी अंधार होता. या खड्ड्यात पणजोबांचे कफन सोडण्यात आले. हा प्रकार मला मुळीच आवडला नाही. माझ्या पणजोबांना असे सोडायला नको होते. पण आजोबा म्हणाले की, हे असेच असते. कोणी मेले म्हणजे असे करावेच लागते.

दोन माणसे खड्ड्यात माती लोटू लागली. आम्ही सगळे अवतीभोवती गप्प उभे राहिलो. सगळा खड्डा भरून झाला आणि कसे मोकळे वाटले. मेलेले माणूस आपल्या जागी व्यवस्थित गेले होते आणि जिवंत माणसे स्वच्छ सूर्यप्रकाशात होती.

हळूहळू आम्ही त्या जागेपासून लांब आलो. या स्मशानभूमीत मला पुष्कळ गोष्टी बघण्याजोग्या आढळल्या. आत शिरून हुंदडावे असे उंच-उंच गवत होते, गोळा करायला रानफुले होती आणि जुनेपुराणे असे राखणदाराचे एक घरही होते. मी आजवर पाहिलेल्या घरांपेक्षा किती वेगळे! या घराच्या परसात द्राक्षाचा मांडव होता आणि जुनी विहीर होती. मी कधीच द्राक्षाचा मांडव पाहिला नव्हता. विहीर पाहिली नव्हती. आजोबांकडून मला त्याला काय म्हणतात हे समजून घ्यावे लागले. मला विहीर फार आवडली.

विहिरीच्या भिंतीशी ओणवून मी आत पाहिले. खोल, थंडगार अंधार होता

आणि तळाशी पाणी चमकत होते. रहाटाला बादली लावलेली होती. पाणी कसे काढतात ते मला बघायचे होते. मी रहाट सोडला, बादली हळूहळू आत गेली, काळोखात दिसेनाशी झाली. दोर सैल पडला आणि बादली पाण्याला टेकली, हे मला कळले. मग मी रहाट गच्च धरून ठेवला. बादली भरली तशी हळूहळू जड रहाट ओढू लागलो. बादली वर आली आणि मी बघितले तर ती थंडगार ताज्या पाण्याने भरलेली. असले पाणी मी पूर्वी कधी प्यालो नव्हतो. हे पाणी मला इतके गोड लागले की, भांडे भरभरून ते मी माझ्या सगळ्या नातेवाइकांना पाजले. ज्याला त्याला सांगितले की, हे पाणी जमिनीतल्या खड्ड्यांतले आहे, तोटीचे नव्हे. सगळ्यांना मी आग्रह करकरून पाणी पाजले. कारण बादली रिकामी कधी होते आणि ती मी पुन्हा विहिरीत कधी सोडतो, असे मला झाले होते. लोकही अनेकदा पाणी प्याले आणि माझी बादली पुन्हा-पुन्हा विहिरीत गेली. खूप मजा आली.

निघायची वेळ झाली आणि गाडीवर चढलो, तेव्हा मला खरोखरीच वाईट वाटले. इथे स्टेटन आयलंडवर राहण्यात किती मजा होती. पण पुन्हा तरीवर उभा राहून मी जेव्हा मावळत्या सूर्यप्रकाशात न्हाऊन निघालेले न्यूयॉर्क लांबून पाहिले, तेव्हा वाटले की, तिथे राहण्यातच खरे सुख आहे. तेच माझे गाव. खेड्यापाड्याचा, मोकळ्या रानाचा भाग सुंदर होता; पण जेव्हा रात्र झाली तेव्हा मला वाटले की, इथल्यापेक्षा शहरात आपण जास्त सुरक्षित असतो. शेवटी मी असा निर्णय घेतला की, आपल्याला वाटेल तेव्हा चार दिवस खेड्यापाड्यांत जावे, पण कायमचे राहायचे ते मोठ्या शहरातच राहावे.

घराकडे येता-येता ही गोष्ट मी आजी-आजोबांपाशी बोललो आणि त्यांचेही तेच मत पडले. आपल्याला वाटेल तेव्हा खेड्यापाड्याला अवश्य जाऊन यावे.

◆

यानंतर प्रत्येक वसंत ऋतूत मी आणि माझी आजी– पणजोबांची समाधी बघायला जाऊ लागलो. अर्थात पहिल्या खेपेसारखे स्वत:च्या वाहनातून नाही; सार्वजनिक वाहनातून. जाताना आजी भरपूर खायला-प्यायला बरोबर घेत असे; सँडविच, केक, फळे आणि समाधीपाशी लावण्यासाठी काही रोपे!

एका वर्षी आम्ही पॅन्झीची एक ओळ लावली. दुसऱ्या वर्षी जिरॅनियम आणि एकदा चार देवदार लावले. समाधीची जागा चांगली मोठी होती. भोवताली कुंपण होते. त्या कुंपणाच्या चारी कोपऱ्यांत चार देवदार आम्ही लावून टाकले. एवढ्या

मोठ्या प्लॉटमध्ये दोनच समाध्या होत्या. आजी म्हणाली, "अरे, आणखी अकरा जणांसाठी बाकीची जागा लागणार आहे."

दरवर्षी आम्ही समाधीला आलो की, खूप काम करीत असू. खड्डे खणायचे, रोपे लावायची, जुन्या रोपांना पाणी द्यायचे. सगळे करून झाले आणि उभे राहून बघितले की, कसे रम्य वाटायचे. आमची बाग म्हणायला झाली ही एवढीच.

माझ्या लहानपणची काही वर्षे शांतता होती. 'सिव्हिल वॉर' संपून तीस-एक वर्षे उलटली होती. या युद्धाच्या जखमा भरून आल्या होत्या. झाला गेला झगडा इतिहासात जमा झाला होता, आणि आता आहे ही शांतता कायम राहील, असे लोक धरून चालले होते. साहजिकच आहे. वेगळा विचार करायचे काही कारण नव्हते. पण मी आठ वर्षांचा झालो आणि १८९८मध्ये एकाएकी न्यूयॉर्कपासून शेकडो मैल दूर असे काही घडले की, त्यामुळे आमच्या संथ जीवनात उलथापालथ झाली. त्यात पुढे युद्ध पेटले आणि त्या क्षणापासून आजतागायत खरी शांतता अशी एक वर्षसुद्धा लाभली नाही.

हिवाळ्यातील एका थंड दिवशी म्हणजे १८९८ सालातील फेब्रुवारी महिन्याच्या पंधरा तारखेला युनायटेड स्टेट्सचे लढाऊ जहाज क्युबातल्या हवाना बेटानजिक एकाएकी कुणी दारूगोळ्याने उडवून दिले. ही बातमी पहिल्यांदा वर्तमानपत्रातून समजली. त्याच दुपारी वर्तमानपत्रे विकणारी पोरे रस्तोरस्ती ओरडू लागली, 'खास अंक, खास अंक... तपशीलवार हकीकत वाचा', आणि ज्याने त्याने अंक विकत घेतला. तपशीलवार हकीकत नव्हतीच. फक्त माहीत होती तीच बातमी, मोठी हेडलाइन देऊन छापली होती; जाड टाइप वापरला होता, पण तेवढी वाचूनही धक्का बसला. लोक गोंधळून गेले. कोणा शत्रूने अमेरिकेचे लढाऊ जहाज बुडविण्याचे धाडस केले होते. याचाच अर्थ युद्ध अटळ होते. 'युद्ध' हा शब्द जिकडेतिकडे ऐकू येऊ लागला.

आमच्या दुकानात येणारे प्रत्येक गिऱ्हाईक बोलू लागले की, वाईट दिवस आले. ओलिअरीबाईंनी तपकिरीची जादा चिमूट घेऊन म्हटले, "मला वाटतंय मोठी प्राणहत्या होणार. या स्पॅनियर्ड लोकांना युद्धच पाहिजे असेल तर घ्या म्हणावं, पण त्यात हग्यामार खातील तेच."

बाईंचे म्हणणे आजोबांनाही पटले.

"हो, नक्कीच. अहो, सातशे पंच्याहत्तर लक्ष लोकांचे हे राष्ट्र आहे. आमची यंत्रसामुग्री, हे, ते इतकं असताना आम्ही काय मार खाऊ? हॅट."

आणि सगळे पोलीस आणि बंबवाले लोकसुद्धा म्हणाले की, स्पेनने कुरापत काढली आहे खरी. पण त्याला महाग पडणार.

मला कळेना की, युद्ध होणार म्हणून लोक हवालदील का? हे विलक्षणच

होते. खरे तर आता युद्ध व्हायला पाहिजे होते. त्यात वाईट काय आहे? उलट मला तर गौरवाची गोष्ट वाटत होती ही. आतापर्यंत आगी विझवण्याच्या कामात, अपघात निवारण्याच्या कामात मी भाग घेतला होता; त्यामुळे युद्धासारख्या साहसात उडी घेण्याची माझी अगदी पूर्ण तयारी झाली होती. त्याच दुपारी मी ठरवून टाकले की, युद्ध जर खरोखरीच सुरू झाले, तर आपण त्यात भाग घ्यायचा.

रात्री आम्ही लवकर दुकान लावले. वर्तमानपत्राच्या कचेरीत जाऊन आम्हाला ताजी बातमी ऐकायची होती.

पार्क रोडला पोहोचलो. तिथला नेहमीचा नूर पालटून गेला होता. दरेक वर्तमानपत्राच्या इमारतीबाहेर बोर्डावर ताजी बातमी लावली होती. लोकांचे घोळकेच्या घोळके जमले होते. रस्त्यावर गाड्यांच्या रांगा लागल्या होत्या. खास पुरवणी निघते केव्हा आणि अंक गाड्यात कोंबून तो शहराच्या वेगवेगळ्या भागात पोहोचवितो केव्हा, असे त्या गाडीवानांना झाले होते.

हे झाले इमारतीबाहेरचे, आत आणखीन गोंधळ चालू होता. आरडत ओरडत, वर्तमानपत्रे, तारा फडकवीत लोक हॉलमधून धावत होते. टेलिग्राफ रूम्स गोंधळाने, गर्दीने भरून गेल्या होत्या; इतक्या की, एरवी गर्दीतून माशासारख्या सुळकन जाणाऱ्या पोरांनासुद्धा आत शिरणे कठीण होते. पण मी हुंबाडीने आत पोहोचलो आणि ऑस्कर नावाचा एक तांबड्या केसांचा माणूस ओळखीचा होता; त्याला गाठले. त्याच्या कानापाशी ओरडलो, ''खरं का हे?''

''हो, खरं आहे. साल्यांनी आपलं जहाज बुडविलं.''

''मग आता, युद्ध का?''

''नक्की, कुणाशीही पैज मार. युद्ध होणार पोरा. अटळ आहे ते आता.''

मला हेच पाहिजे होते. टेलिग्राफवाल्या तांबड्या केसांच्या ऑस्करने सांगितल्यावर हे खोटे ठरणे केवळ अशक्य होते. मग मी स्टिव्हन्स बसत होते त्या खोलीत घुसलो, पण त्यांनी माझ्याकडे लक्षच दिले नाही. शेकडो माणसे पिसाटासारखी इकडून तिकडे धावत होती, आत-बाहेर करीत होती. काही नुसते शर्ट घातलेली, काही ओव्हरकोट घातलेली, काही उधळल्या केसांची आणि डोळ्यांवर हिरवी ढापणे चढविलेली, तर काही हॅटवाली. काळी गरम कॉफी देत एक पोऱ्या हिंडत होता. कॉप्या नेणारी अनेक पोरे पळत होती.

आजपर्यंत कधी न वापरलेला ठेवणीतला जाड, काळा कुळकुळीत टाइप वापरायला काढलेला होता. तासातासाने जादा पुरवण्या निघत होत्या. वर्तमानपत्रे विकणारी पोरे अधीरपणे उभी होती. पुरवणी निघाली रे निघाली की, काखेत मावेल तेवढा गठ्ठा घेऊन ती रस्ता गाठत, मोठमोठ्याने ओरडत, ''जादा अंक, जादा अंक, युद्ध भडकले! जादा पुरवणी, दोनशेपन्नास ठार! जादा अंक वाचा.''

आणि काही मिनिटांतच त्यांच्या काखेतला गठ्ठा खलास होत होता. पुन्हा ही पोरे दुसरा गठ्ठा नेण्यासाठी कचेरीकडे धावत होती. मी आणि आजोबा एका कचेरीतून दुसऱ्या कचेरीत हिंडत होतो. एका कचेरीत तांबड्या केसांचा ऑस्करसारखा टेलिग्राफ ऑपरेटर असलेला आणखी एक दोस्त मला दिसला. मी हुशारी करून त्याच्यापाशी पोहोचलो.

"हं, काय बातमी? सुरू का?"

"अजून नाही मुला, पण होणार लवकरच."

माझी थोडी निराशा झाली.

परत जाताना रेल्वेत मी पुन्हा आजोबांना विचारले, "अजून युद्ध सुरू नाही झालं होय, आजोबा?"

"हां, अजून नाही, पण होणार." आजोबांचा चेहरा दु:खी दिसत होता.

"ते अटळ आहे. आता प्रेसिडेन्टवर आणि काँग्रेसवर आहे सगळं अवलंबून. कदाचित ते थांबवू शकतील. बघायचं काय होतं ते."

आजोबा मोठे चिंतेत दिसत होते; उगाचच. मी काही बोललो नाही, पण माझी खातरी होती की, टेलिग्राफ ऑपरेटर म्हणाला तेच खरे. तोच तर बातम्या घेतो ना!

मी काही न बोलता आजोबांकडे बघितले. मनातल्या मनात म्हटले, किती भाग्यवान आहोत आपण. आपल्याला युद्ध बघायला मिळणार. खरोखरीचे युद्ध. आता प्रत्येक जण निकराने लढणार आणि शत्रूची दाणादाण उडणार. फक्त आजोबा सोडून प्रत्येक जण. आजोबांना आता शक्यच नाही. कारण ते आता थकलेत. शिवाय तपकिरीच्या बरण्यांकडे कोण बघणार ते गेले तर, आणि जाहिराती लिहिण्यासाठी लोकांना मदत कोण करणार?

मी मात्र स्वत:ला युद्धात भाग घेण्यासाठी अगदी तयार जवान समजत होतो. मला सगळे रस्ते माहीत होते. गल्लोगल्लीत असलेले दादा लोक, मवाली यांना कशी झुकांडी द्यावी, हे मला माहीत होते. माझे शुद्धलेखन वाईट होते आणि बोलताना तटण्याची मला खोड होती, हे खरे. पण मला वाचता येत होते आणि मोठ्या रकमांची बेरीज करता येत होती. माझे तोतरे बोलणे युद्धाच्या गलक्यात कुणाच्या ध्यानी येणार? शिवाय मला जलद धावता येत होते. युद्ध म्हटल्यावर जलद धावणारे तरतरीत असे निरोपे लागणारच. सिव्हिल वॉर झाले तेव्हा ड्रमर बॉईज होते, असे मी वाचले होते. ती पोरे जर कामाला येत होती, तर मी का नाही? ड्रम वाजविणे हे काही फार कठीण जाणार नाही.

दुसऱ्या दिवशी मी शाळेतून उशिरा घरी आलो.

"कवायत करीत होतो." आल्या आल्याच उशिराचे कारण मी जाहीर करून टाकले.

"कवायत?" आजोबांनी विचारले.

"हो, शाळेच्या पटांगणात आमच्या शाळेतले विद्यार्थी लष्करी शिक्षण घेतात ना? त्यांच्याबरोबर. पहिल्यांदा मला घेईनात. म्हणे, मी फार लहान आहे. मी म्हणालो, मुळीच नाही. लहान नाही मी. टॉमीपेक्षा, बॉबी वाइल्डरपेक्षा मी उंच आहे. ते म्हणाले, कोण म्हणतो? मी म्हणालो, बघा हवं तर. मग मी टॉमी आणि बॉबीच्या पाठीला पाठ लावून उभा राहिलो आणि दाखवून दिलं की, मीच उंच आहे दोघांपेक्षा. मग मी म्हणालो, बघा, लहान आहे का मी? खरंच तर उंचीप्रमाणे ओळीत उभं राहायचं तर माझा नंबर तिसरा आहे."

"हं? मग त्यांनी कवायतीत घेतलं तुला?"

"नाही ना, नाहीच म्हणाले. म्हणे, तुला युनिफॉर्म कुठाय, बिन युनिफॉर्म घातलेला तू आमच्यात आलास तर सगळी शिस्त बिघडेल. मी काही बोललो नाही; पण कवायत सुरू झाली तशी मीही त्यांच्याबरोबर करू लागलो. अहो, ते करतात ते सगळं मला करता येतं. राइट फेस, फॉरवर्ड मार्च, हॉल्ट. त्यात काय!"

आजी म्हणाली, "पण अजून लहान आहेस रे तू."

तशी आजोबाही म्हणाले, "हो ना, फारच."

म्हणे फार लहान, म्हणजे काय? मी खिशातून कागद काढून तो आजोबांपुढे धरीत म्हणालो, "हे बघा, ब्राउनिंग किंग अँड कंपनी, कूपर स्क्वेअर इथं मिळतात युनिफॉर्म."

आजोबांनी कागद घेतला. "मला माहीत आहे रे, ही कंपनी युनिफॉर्मशिवाय दुसरा कसला व्यापारच करीत नाही." असे म्हणून त्यांनी पुन्हा माझ्याकडे पाहिले, "पण फार लहान आहेस बुवा."

"माझ्या अंगाचासुद्धा युनिफॉर्म मिळतो तिथं. आजोबा, मी टॉमी आणि बॉबीपेक्षा उंच आहे, उंच!"

मग आजीकडे बघून आजोबा म्हणाले, "अहो, मिळेल त्याच्या अंगाचासुद्धा."

त्यांनी आजीला असे सांगितल्यावर मला नक्की वाटले की आपण जिंकली.

मी म्हणालो, "उद्या मी शाळेतून लवकर घरी येईन. मग आपण कूपर स्क्वेअरला जाऊ. त्यांच्याकडे सगळे युनिफॉर्म मिळतात. पण आजोबा, तुम्ही विचारताना म्हणा हं, पी. एस. अठरा कॅडेट्स. वेगळा आहे हा युनिफॉर्म. निळा कोट, पितळी बटणांचा आणि त्या बटणांवर गरुडाचा छाप असतो हं! आणि पँटच्या दोन्ही बाजूला पांढरे पट्टे असतात. काही चूक होणारच नाही म्हणा. मला

बरोबर माहीत आहे सगळं.''

आणि अशा तऱ्हेने ज्या आठवड्यात हवानाला आमचे लढाऊ जहाज शत्रूने बुडविले त्याच आठवड्यात मी कॅडेट झालो.

रोज दुपारी तीन वाजता शाळा सुटे. सगळे कॅडेट्स एकत्र जमत आणि मग कवायत सुरू होई. बाहेर वाईट हवा झाली तर आम्ही शाळेच्या कॉरिडॉरमध्ये लेफ्ट-राइट करीत असू. चांगली हवा असली तर पटांगणात. सुरुवातीला आमच्या कंपनीत फक्त चौदा मुले होती. पण जसजशा युद्धाच्या बातम्या वर्तमानपत्रे रंगवून देऊ लागली तसा आकडा वाढला. आम्ही बावीस जण झालो. रोजच्या रोज लेफ्ट-राइट सुरू. कधी कॉरिडॉरमध्ये तर कधी पटांगणात. रोज तेच! कंटाळा आला! बरे, बावीस मुलांनी कवायत करावी एवढी जागासुद्धा नव्हती. सारख्या भिंती आड येत. या अडचणींमुळे कवायत अगदी चटावर उरकावी लागे. 'मार्च टाइम', 'हॉल्ट' आणि 'अबाउट टर्न' बस्स, खल्लास! एवढेच सारखे करायचे.

मग एके दिवशी दुपारी कमरेला पट्टा आणि तलवार लावलेला आमचा कॅप्टन राईनहार्ट आम्हाला थेट रस्त्यावर घेऊन गेला. असे मोकळ्यावर आल्यावर आम्हाला एकदम हुशारी आली. एकावन्न नंबरच्या रस्त्यावर, शाळेच्या पुढेच बिअर बनविण्याचा कारखाना होता. त्याच्या समोरून सारखे खाली-वर, खाली-वर आम्ही लेफ्ट-राइट करीत राहिलो.

ही नवी जागा पहिल्यांदा झकास वाटली. पण थोड्याच वेळात बाटल्या वाहून नेणाऱ्या गाड्या, घोडे आडवे येऊ लागले आणि कंपनीला नाइलाजाने यशस्वी माघार घ्यावी लागली. एकावन्न नंबरचा रस्ता सोडून मग आम्ही स्टाईनवे पियानो फॅक्टरी असलेल्या पार्क ॲव्हेन्यूच्या कोपऱ्यावर आलो. इथे बरे होते. गाड्या घोडी आडवी येत नव्हती.

पण इथे वेगळाच ताप होता. रेल्वेगाड्या आणि पियानो फॅक्टरीचा असा आवाज व्हायचा की, आमच्या कॅप्टनने दिलेले हुकूम आम्हाला ऐकूच यायचे नाहीत. शिवाय 'पार्क ॲव्हेन्यू' म्हणजे मवाली, गुंड, निसूक लोकांचे आवडते ठिकाण. पण आम्ही असे बावीस जवान असताना डरायचे का म्हणून? आम्ही पार्क ॲव्हेन्यूपासून माघार घेतली नाही. मग दिवसांमागून दिवस जाऊ लागले. आम्ही पियानो फॅक्टरीपुढच्या रस्त्यावर लेफ्ट-राइट करीत राहिलो. पण लवकरच याही जागेचा कंटाळा आला.

एके दिवशी आमच्या धाडसी कॅप्टनने आम्हाला थेट परकीय प्रदेशातच नेले. पार्क ॲव्हेन्यूचे थेट दुसरे टोक. लाकडी पुलावरून आम्ही जाऊ लागलो आणि मजेदार घटना घडली. अहो, आम्ही अर्धाअधिक पूल ओलांडला आणि खाली

धाडधाड करीत आगगाडी आली. क्षणार्धात आम्ही सगळे दाट, काळ्या करड्या धुराच्या ढगात झाकलो गेलो.

"हॉल्ट." तलवार उपसून आमचा कॅप्टन ओरडला. आम्ही थांबलो.

"जागचे हलू नका, जवान हो!"

कॅप्टन दिसत नव्हताच. धुराच्या आणि वाफेच्या लोळातून फक्त आवाज ऐकू येत होता. आम्हाला माहीत होते की, आपला म्होरक्या अद्याप आपल्या मागे खडा आहे. मस्त मजा आली. धुराचा आणि वाफेचा लोळ निवळला, तेव्हा पुलाच्या मध्यभागी आम्ही बावीस रणशूर घट्ट उभे होतो. मग हा एक खेळच झाला. कॅप्टनने आपल्या दोन सहकाऱ्यांसह– एक सार्जन्ट आणि एक कॉर्पोरल– समरभूमीचा अंदाज घेतला. गाड्या कुठून कशा येतात, कुठल्या दिशेला जातात हे पाहिले. गाडी दिसली रे दिसली की, आम्ही पुलावरची मोक्याची जागा धरत असू आणि होणाऱ्या हल्ल्यासाठी तयार राहत असू.

कॅप्टन ओरडून म्हणे, "ही आली. हुश्शार, जागा धरून राहा."

मग धाडधाड करीत रेल्वे इंजीन खालून जाई. धुराचा प्रचंड लोळ आमच्या अंगावर येई. तो निवळेपर्यंत आम्ही जागच्या जागी घट्ट उभे राहत असू आणि पुन्हा नव्या दमाने आगेकूच करीत असू.

संध्याकाळी मी दुकानात आलो तेव्हा आजोबांनी माझ्याकडे निरखून बघितले. "काय रे, तुझं तोंड काळंभोर झालंय. कुठे गेला होतास?"

मी रुबाबात सांगितले, "युद्धाची प्रॅक्टिस करीत होतो."

दिवसांमागून दिवस आम्ही या मोहिमेवर जात होतो. पार्क ॲव्हेन्यू ते लकडी पूल आणि येणाऱ्या-जाणाऱ्या आगगाड्यांशी लढाई. पण याही गोष्टीचा कंटाळा आला. कॅप्टन नवे काही शोधू लागला आणि लवकरच ते त्याला मिळाले. शाळेनजीक एक मोठे दुकान होते, तिथे सारख्या तीन ऐरणी चालत आणि नाल ठोकण्यासाठी अनेक घोडे थांबलेले असत. रोज पार्क ॲव्हेन्यू आणि आगगाड्या झाल्या की, कॅप्टन आम्हाला घेऊन या दुकानाकडे कूच करी. दुकान आले की, "कंपनी हॉल्ट."

आम्ही थांबलो की कॅप्टन एकटा पुढे जायचा, लोहाराच्या भट्ट्या पाहून घ्यायचा. लाल-लाल भट्ट्यांतून बरेच नाल तापायला टाकले आहेत असे दिसले की, परत येऊन आम्हाला हुकूम सोडायचा, "मार्च टाइम, वन टू, वन टू."

ही अगोदरची तयारी, कारण लवकरच आगीला तोंड द्यावयाचे असे. लोहारांनी तापलेले नाल भट्टीतून बाहेर काढून ऐरणीवर ठेवले आणि घण घालायला सुरुवात केली की दुसरी ऑर्डर सुटे– "कंपनी, ॲडव्हान्स."

आणि हातात तलवार घेतलेला आमचा कॅप्टन ठिणग्यांच्या पावसातून

आम्हाला बाहेर काढायचा. अशा तऱ्हेने १८९८ सालच्या युद्धासाठी आम्ही तयारी केली.

दोन महिने या तयारीत गेले आणि मग आम्ही लष्करी जवान काळजीत पडलो. अद्याप युद्ध जाहीर झाले नव्हते. निराशेने आमची मने भरून गेली. खरोखरीच प्रेसिडेन्ट युद्ध होऊ देणार नाहीत काय? देशासाठी लढा देण्याची संधी आम्हाला मिळणारच नाही का? स्पेन यातून सहीसलामत सुटणार काय?

आमची ही बेचैनी शिगेला पोहोचली आणि एकाएकी आशेचे किरण सर्वत्र पसरले. काँग्रेसने युद्ध पुकारले. ताबडतोब उभ्या शहरात चेतना निर्माण झाली. नाही तेथून निशाणे बाहेर पडली; फडकू लागली. लोक चर्चा करू लागले. संध्याकाळी दिवसाचे काम संपवून कामगार लोक घरी येऊन विसावतात न विसावतात तोवर वर्तमानपत्रांच्या खास पुरवण्या विकायला येऊ लागल्या. सात वाजले रे वाजले की, रस्त्यावर पोरे ओरडू लागली, "जादा अंक, जादा अंक... लढाईची खडान् खडा बातमी."

आणि खरेच बातम्या असायच्या. रोज काही ना काही सनसनाटी बातमी असेच. तिच्यावर रात्रभर चर्चा व्हायच्या. सकाळी न्याहारीच्या वेळी तोच विषय पुन्हा निघायचा. देशाने युद्ध पुकारले आणि आमचे शहर चैतन्याने ओसंडू लागले.

कवायत सुरू ठेवून आम्ही आमचा उत्साह दाखवू लागलो. आम्ही आपल्या कवायतीचे क्षेत्र आता पार्क ॲव्हेन्यू किंवा जवळच्या गल्ल्यांपुरते मर्यादित ठेवले नाही. मैलांमागून मैल आम्ही कवयात करीत राहिलो. आज हा रस्ता, उद्या तो रस्ता. इमारतींमागून इमारती मागे टाकीत आमचे संचलन चालू राहिले. आम्ही एकटे नव्हे, तर आमच्याप्रमाणे सिव्हिल वॉरमधले गाजलेले जुने जवान, ग्रँड आर्मी ऑफ रिपब्लिकनचे सदस्य हे सर्वच लोक युनिफॉर्म बाहेर काढून संचलन करू लागले.

मग एके दिवशी आम्हाला बातमी कळली की, प्रेसिडेन्टनी स्वयंसेवकांना आव्हान केले आहे. आम्हाला हेच पाहिजे होते. दरम्यान एके दिवशी थिओडोर रुझवेल्टने 'रफ रायडर्स' पलटण उभारायला सुरुवात केल्याची बातमी प्रसिद्ध झाली. रुझवेल्ट हे पूर्वी न्यूयॉर्कचे पोलीस कमिशनर होते आणि डकोटाला असताना काही वर्षे गुरे पाळणे, शेती करणे या गोष्टींचाही अनुभव त्यांनी घेतला होता. गुरांचे प्रचंड कळप चारीत हिंडणारे काटक काउबॉईज, उत्तम पिस्तुलबाज असणारे आमच्या भागातले गुराखी, काही धनाढ्य लोक, लाँग आयलंड आणि फिफ्थ ॲव्हेन्यू भागातले काही लोक अशा नेमक्या लोकांची पलटण म्हणजे

'रफ रायडर्स'. ही बातमी वाचताना आम्हा सर्व पी. एस. अठरांतील कवायत बहाद्दरांची खातरी झाली की, या युद्धात आता स्पेनचा निभाव लागत नाही. आमच्या काउबॉइजपुढे टिकाव धरेल असे उभ्या जगात कोण होते?

आमच्यापैकी प्रत्येकाला वाटले की, या ख्यातनाम पलटणीत आपण भरती व्हावे. पण आमच्यापैकी कुणालाच घोड्यावर बसण्याचा सराव नव्हता. नाही म्हणायला गाडीला जुंपायच्या घोड्याच्या पाठीवर आमच्यापैकी काही जण मजेने बसले होते. त्याचा काय उपयोग? एवढ्या सामुग्रीवर आम्हाला 'रफ रायडर्स'मध्ये कोण घेणार? तरीही आम्ही कवायत चालूच ठेवली. 'रफ रायडर्स'वाले फार तर आघाडीवर प्रथम जातील; पण नंतर केव्हा ना केव्हा आम्हालाही संधी मिळेलच. 'क्युबा' कधीतरी स्वतंत्र होईल, आम्ही आमची शक्ती पणाला लावू. आम्ही वाट पाहत राहिलो. दिवस जाता जाईनात. मग आमचा कॅप्टनसुद्धा कंटाळला. शेवटी एकदा मला बाजूला घेऊन त्याने सांगितले, ''थर्ड ॲव्हेन्यू भागातल्या एका मोकळ्या दुकानाच्या जागेत फौजेत भरती व्हायची कचेरी उघडलीय. आपण जाऊ या. नाहीतरी आज पावसामुळे कवायत होणार नाहीच.'' मी आभाळाकडे पाहिले. पावसाचा रंग मुळीच दिसत नव्हता, तरी पण कॅप्टन माणसापुढे आपण काय बोलणार?

मी म्हणालो, ''चला, जाऊ या.''

''शाळा सुटल्यावर.''

''ठीक, आणि बाकीची मुलं?''

''आधी आपण दोघं तर भरती होऊ या, मग बाकीच्यांना कसं घ्यायचं ते बघू. अरे, सगळी कंपनी एकदम गेली तर कुणालाच घ्यायचे नाहीत.''

ही गोष्ट मला पटली.

तीन केव्हा वाजतात आणि शाळा सुटल्याची घंटा केव्हा वाजते, असे आम्हाला होऊ गेले. घंटा झाली आणि आम्ही घाईने शाळेच्या पटांगणाकडे धावलो. कॅप्टन राईनहार्टने आपल्या हाताखालच्या ऑफिसरला सांगितले, ''सगळ्यांना सांग. म्हणावं, आज कवायत रद्द. पाऊस येणार आहे.'' आणि लगेच आम्ही दोघे रिक्रूटिंग ऑफिसकडे निघालो.

मी विचारले, ''चाललोय खरं, पण तुला नक्की माहीत आहे ना, ऑफिस कुठे आहे ते?''

''तू चल तर खरा. मला जागा बरोबर माहीत आहे. बेचाळीस नंबरच्या रस्त्यावर आहे ऑफिस.''

शेवटी आम्ही ठिकाणावर पोहोचलो. बाहेर जाहिराती दिसल्या, आत माणसेही होती. टेबल-खुर्ची मांडून सार्जंट बसलेला होता. डोक्यावर ही एवढी हॅट आणि

ओठावर चांगल्या मनगटाएवढ्या मिशा. समोर असलेल्या माणसांशी तो बोलत होता म्हणून आम्ही थांबलो.

सार्जंट रिकामा झाला. मग आम्ही पुढे झालो आणि खाडकन सलाम करून उभे राहिलो. सार्जंटने आमच्याकडे निरखून पाहिले. मग तो मागे, खुर्चीच्या पाठीशी टेकला आणि म्हणाला, "कोण तुम्ही?"

"पी.एस.एटीन कॅडेट, सर–" कॅप्टनने सांगितले.

मी फक्त मान हलविली. अशा वेळी मी बोलण्याच्या भानगडीत पडतच नसे. साधे बोलताना तोतरे शब्द यायचे; त्यात अशा विशेष प्रसंगी तर जीभ जास्तीच थटायची. बोला कशाला?

"हं, मग काय पाहिजे?"

"भरती व्हायचं आहे."

"काय? भरती व्हायचं आहे तुम्हाला?"

"होय, साहेब."

"हं, वयं काय तुमची?"

आमचा कॅप्टन बोलला नाही. मीच बोललो, "नववं लागलं साहेब आता."

आपण फक्त आठ वर्षांचे आहोत हे कसं सांगायचं? नववे वर्ष लागणार म्हटल्यावर तेवढेच जास्ती.

सार्जंटने डोक्यावरून हात फिरविला. आमच्या पोशाखाकडे बघून विचारले, "हं, हा गणवेष कुठला घातलाय तुम्ही?"

आता काय सांगायचे? आम्ही आपले आचारी का बिचारी होऊन गप्प राहिलो.

"बघू, टोपी दे इकडे."

मी आपली टोपी काढून सार्जंटला दिली.

"ग्रॅन्ड आर्मी ऑफ रिपब्लिकसारखी दिसते."

"नाही साहेब, आम्ही पी.एस.एटीन कॅडेट्सपैकी. सगळ्यांना माहीत आहे."

"सगळ्यांना कसं माहीत आहे?"

"आम्ही डेकोरेशन डेच्या परेडमध्ये असतो ना."

"तुम्ही?"

सार्जंटला आश्चर्य वाटले असावे, खूशही झाला असावा.

मग मी म्हणालो, "होय साहेब, आम्ही परेडमध्ये असतो ना."

कॅप्टन म्हणाला, "गेल्या वर्षी तुम्ही बघितली असेल परेड. आम्ही होतोच तिच्यात."

"बऽरं, बऽरं, मग तुम्हाला क्युबाला जायचं आहे?"

आम्ही हसरी तोंडे करून माना हलविल्या.

"काय करणार तिथे?"

"लढणार शत्रूबरोबर!" कॅप्टन जोरात म्हणाला. मी जोरात 'हो' अशी मान हलविली. मग सार्जंट गंभीर झाला. त्याला पटलेले दिसले.

"लढणार? म्हणजे काय करणार?"

मी चटकन उत्तर दिले, "आम्ही ड्रम वाजवू ना, शिवाय कॉफी आणि पाणी देण्याचं कामसुद्धा करू."

"बिगुल वाजविता येतो का?"

"नाही साहेब," कॅप्टन म्हणाला.

"पण आपण निरोप पोहोचवू. धावता येतं आपल्याला?"

"हो, हो," कॅप्टन म्हणाला, "त्या कामात मात्र आमच्यासारखे कोणी मिळणारच नाहीत तुम्हाला."

इथे गाडे थांबले. आता सार्जंट काय निर्णय घेतो, याची आम्ही वाट बघू लागलो.

शेवटी सार्जंट म्हणाला, "तुम्ही पोरं फार लहान आहात अजून."

"आम्ही मुळीच लहान नाही."

"घरी जा."

"पण आम्हाला क्युबाला जायचं आहे."

"पुन्हा या, पुढच्या वर्षी."

"काय उपयोग साहेब, तोवर रफ रायडर्स तिथे काही ठेवतील का आमच्यासाठी?"

"फार लहान आहात तुम्ही. घरी जा म्हणतोय ना!"

इथे शेवट झाला. जास्ती बोलून काही उपयोग होण्यासारखा नव्हता. दु:खी मनाने, जड अंत:करणाने आम्ही माघारी फिरलो. आपसात ठरविले की, आपण भरती होण्यासाठी गेलो होतो; ही गोष्ट कुणापाशी बोलायची नाही. झाला हा अपमान आपल्यापाशीच ठेवायचा.

रोज सकाळी नऊ वाजता अमेरिकेचे निशाण शाळेच्या असेंब्ली हॉलमध्ये आणायची कामगिरी आमच्यावर सोपविलेली असे. या वेळी आमचे गायनमास्तर जुन्या पियानोवर संचलन गीत वाजवत. आम्ही बाहेर थांबत असू. वर्ग आणि असेंब्ली हॉलच्यामध्ये असलेली दारे उघडली जात. आमचे प्रिन्सिपॉल प्लॅटफॉर्मवर चढताच पियानो वाजायला सुरुवात होई आणि मग हातात निशाण घेऊन आम्ही हॉलमध्ये जात असू.

शाळेतल्या सर्व विद्यार्थ्यांना निशाणाला नमस्ते केल्यावर आम्ही निशाण

प्लॅटफॉर्मजवळच्या स्टँडवर लावायचे आणि आपापल्या जागी जाऊन बसायचे. नंतर आमचे गायनमास्तर आता आपल्याला अमुक गीत म्हणावयाचे आहे, असे सांगून सुरुवातीची गत पियानोवर वाजवीत. मागोमाग आम्ही उंच आवाजात गीत गात असू. रस्त्यापलीकडे असलेल्या दारू बनवायच्या कारखान्यापासून पार पियानो फॅक्टरीपर्यंत आमचे गाणे ऐकायला जात असे.

शेवटचे कडवे संपले. आमचा स्वर हवेत विरून गेला म्हणजे प्रिन्सिपॉल डॉ. काईरन आपल्या खुर्चीतून उठून पुढे यायचे; जाड बायबल उघडायचे. रोज एक लांबलचक उतारा वाचून दाखवायचे.

डॉ. काईरन वाचायचे सुरेख. त्यांचा आवाज चांगला ढाला होता. बायबलमधील भाषा वाचायला हाच आवाज पाहिजे असे वाटायचे. ही भाषा आमच्या नेहमीच्या भाषेपेक्षा वेगळी होती, तरी आम्हाला ती नीट समजत असे. असे वाटायचे की, ही भाषा खूप वर्षांपूर्वी घडलेल्या गोष्टी सांगण्यासाठीच आहे.

या पुराण्या कथा मला फार आवडायच्या. जीवनातला झगडा, आशाआकांक्षा यांचे चित्रण असलेल्या त्या कथा केवढ्या नाट्यपूर्ण होत्या. त्यांच्यात सगळे होते– क्रौर्य, द्वेष, सूड आणि जादूटोणा, दैवी चमत्कारसुद्धा.

समुद्र भंगला आणि मधल्या वाटेने सगळा जमाव निर्धोक चालत गेला हे ऐकातच मी खूश होई. ती जोन देवमाशाच्या पोटात कशी गेली आणि तो डॅनिअल सिंहाच्या गुहेत कसा शिरला हे ऐकता-ऐकता भान हरपून जाई आणि तो एरॉन, त्याने हातातला दंडा जमिनीवर टाकताच त्याचा जिवंत साप झाला.

या कथा माझ्या मनात अगदी घर करीत. आमच्या दुकानाच्या मागल्या अंगणात मी काठीचा साप करण्याची जादू स्वत: करून बघे. उभे राहायचे, हातातली काठी दाणकन जमिनीवर टाकायची आणि साप कधी होतो, हे बघत राहायचे. पण काठी तशीच राहायची. मग मला वाटायचे की, आपल्यापाशी ती दैवी शक्ती नाहीच. आपण अगदी सामान्य आहोत. आणि समजा, झाला काठीचा साप तरी त्याला घेऊन आपण करणार काय?

बायबलमधील जोसेफची गोष्ट मला फार पटायची. भावांनी त्याला विकून कसे टाकले आणि पुढे तो जेव्हा मोठ्ठा माणूस झाला तेव्हा भावांना त्याची क्षमा कशी मागावी लागली आणि जेकबची शिडी एकदम आकाशात कशी पोहोचली, आणि तो सॅमसन– असा भीम की, त्याने सगळे देऊळ खाली ओढले!

या सगळ्या कथा किती छान होत्या; डॉ. काईरन वाचून दाखवत आणि ते ऐकता-ऐकता मी पार पुराणकाळात जाई. आपणही त्या कथेतलेच एक आहोत असे वाटे.

बायबलमधल्या या गोष्टी ऐकता-ऐकता जगात जे-जे म्हणून वाईट आहे त्याच्याशी शौर्याने भिडणारा, त्याचा नाश करणारा असा पुराणातल्या सैन्यांतील आपण शिपाईच आहोत, अशा कल्पनेत मी दंग होऊन जाई.

वाचन संपे, बायबल मिटले जाई, हॉलचे पुन्हा पहिल्याप्रमाणे वर्गात रूपांतर होई, मी भानावर येई. बायबलमधल्या जगातून सत्यसृष्टीत येताच शुद्धलेखन लिहावे लागे, गणिते सोडवावी लागत आणि भूगोल शिकावा लागे. ते नकाशे! कुठे साता समुद्रापलीकडे असलेले देश, शहरे बघायची. लक्षात ठेवायची, सगळा ताप.

मला कळत नसे की, इतक्या दूर असलेले देश, शहरे माहीत करून घ्यायला कोणत्या देवाने सांगितले आहे? ब्राझीलमध्ये काय पिकते हे करायचे आहे काय आपल्याला? फ्रान्समध्ये द्राक्षाची दारू होते. होत असेल!

या फालतू गोष्टींकडे आजतागायत मी मुळीच ध्यान दिले नव्हते. पण आमचे जहाज शत्रूने बुडविले आणि माझी दृष्टी बदलली.

आतापर्यंत फालतू वाटणारे नकाशे महत्त्वाचे वाटू लागले. 'क्युबा' कुठे आहे, हे आम्ही मुलांनी उत्कंठेने पाहिले आणि तेही बेटच आहे; आम्ही राहतो त्या बेटापेक्षा फक्त जरा मोठे आहे, हे पाहून आम्हाला मोठे आश्चर्य वाटले. नकाशात 'क्युबा' शोधून काढल्यानंतर तिथे काय पिकते आणि तिथले लोक कसे आहेत, हे आम्ही समजून घेतले.

आमच्या वर्गात आशिया, आफ्रिका आणि युनायटेड स्टेट्सचे मोठमोठे नकाशे होते, शिवाय जगाचा मोठा नकाशाही होता. फळ्यांच्या माथ्याला अडकविलेल्या या नकाशांविषयी आम्ही आमच्या शिक्षकांना इतके प्रश्न विचारीत असू की, जगाचा नकाशा रोज बराच वेळ न गुंडाळता ठेवावा लागे.

गेल्या काही दिवसांत अनेक घटना घडलेल्या होत्या आणि क्युबाबरोबरच इतर अनेक ठिकाणांची नावे वर्तमानपत्रांत सारखी येत होती. 'फिलिपाईन' कुठे आहे हे आम्हाला पाहायचे होते. कारण आम्हाला माहीत होते की प्रेसिडेन्ट मॅकिन्ले यांनी अर्जंट तार पाठवून कमोडोर ड्युईला कळविले होते की, 'ताबडतोब मनिलाकडे बोटी हाकारा आणि तिथे असलेल्या स्पॅनिश आरमाराचा धुव्वा उडवा.' ही कल्पना आम्हाला एकदम पसंत पडली होती, आणि त्यासाठी फिलिपाईन कुठे आहे, ते आम्हाला बघायचे होते.

'पनामा' कुठे आहे हेही आम्ही पाहिले. कारण तिथपर्यंत कालवा खोदण्यासंबंधी विचार चाललेला होता. नकाशा पाहिला. उत्तर आणि दक्षिण अमेरिकेला जोडणारी ती अरुंद जमिनीची धांदोटी पाहिल्यावर मला अचंबाच वाटला. एक चांगले

फावडे मिळाले तर मी स्वत:सुद्धा हा कॅनॉल खोदू शकेन, आहे काय त्यात? पण आमचे शिक्षक म्हणाले, 'फ्रेंच सरकार आज अनेक वर्षे कॅनॉल पुरा करण्यासाठी धडपडते आहे. विलक्षण उष्मा, दाट जंगल आणि पिवळ्या तापाची साथ यामुळे अजून हा कॅनॉल पुरा झालेला नाही. आता प्रेसिडेन्ट मॅकिन्लेनी एक कमिटी नेमलेली आहे. कालवा खोदण्याचे काम फ्रेंचांकडून घेऊन पुरे करता येईल का, यासंबंधी ही कमिटी विचारविनिमय करीत आहे.

जगाचा नकाशा पाहता-पाहता माझ्या ध्यानात आले की, नकाशातल्या पुष्कळ जागी तांबडा रंग आहे. जिकडे नजर फिरवावी तिकडे तांबडा ठिपका आहेच. कॅनडा तांबडा, ऑस्ट्रेलिया आणि हिंदुस्तान तांबडा, आफ्रिकेचा बराच मोठा भाग तांबडा, आशिया आणि दक्षिण अमेरिका यापैकीसुद्धा काही भागांत तांबडे ठिपके होतेच. या सगळ्या भागांवर म्हणे राणी व्हिक्टोरियाचे राज्य होते. आता राणीचे वय ऐंशीच्या आसपास होते आणि एवढ्या म्हाताऱ्या बाईची सत्ता केवढ्या प्रचंड भूभागावर होती, केवढे नौदल आणि सैन्य तिच्या पदरी होते! त्या मानाने आम्हाला काहीच नव्हते.

त्या वेळी कोणी मला म्हटले असते की 'अरे, तुझ्या हयातीत तू बघशील, ब्रिटिशांचे विराट राज्य नाहीसे होईल,' तर मी त्या माणसाला खुळ्यात काढले असते. चंद्र, सूर्य असेपर्यंत ब्रिटिशांचे हे राज्य राहणार असेच त्या वेळी सर्वांना वाटत होते. ब्रिटिशांच्या या विराट राज्यापुढे 'युनायटेड स्टेट्स' नकाशावर किती लहान दिसे. मला अगदी हेवा वाटे. वाटे, ब्रिटिशांना फार मिळाले आहे.

ब्रिटिश साम्राज्याविषयी नाना प्रश्न गुरुजींना विचारल्यावर पुन्हा आमची नजर क्युबावर, फिलिपाईन्सवर आणि पिवळ्या रंगात छापलेल्या भल्यामोठ्या चीन देशावर जाई. पेकिंगचे नावही अलीकडे आम्ही फार ऐकत होतो. एकाएकी चिन्यांच्या मनात परदेशी लोकांबद्दल द्वेष निर्माण झाला होता. पेकिंगमध्ये राहणाऱ्या अमेरिकन धर्मोपदेशकांना, युरोपियन लोकांना धाक दाखवायला त्यांनी सुरुवात केली होती. वर्तमानपत्रांतून सारख्या बातम्या येत होत्या. आम्ही विद्यार्थी वाचत होतो.

चिन्यांविषयी कितीही भयंकर बातम्या कळल्या, तरी त्यावर आमचा चटकन विश्वास बसे. साहजिकच होते; पहिली गोष्ट अशी की, ते दिसायला आमच्यासारखे नव्हते. त्यांचा कातडीचा रंग पिवळा, डोळे बारीक आणि केस पाठीवर पडलेले. बरे, पोशाख तरी माणसासारखा असावा, तेही नाही. चिनी बाया हॅट मुळीच वापरत नव्हत्या. पुरुष माणसे आमच्यासारखी कडकडीत खळीची कॉलर वापरत नव्हतेच. पण साधी 'नेकटाय' ही वस्तू उभ्या चीनमध्ये कुठेही नव्हती. हे असले लोक भयंकर

असतील त्यात काय संशय? बरे, चिनी माणसांना महारोग झालेला असतो आणि ते अफू ओढतात ही गोष्ट जगजाहीरच होती. चिन्यांविषयी ही सगळी माहिती आम्हाला लोक सांगत आणि आम्ही ती शंभर टक्के खरी मानत असू. आपण कधीही न पाहिलेल्या लोकांविषयी, दुसऱ्याने काहीही सांगितले तरी त्यावर सहज विश्वास बसतो.

वर्गात लावलेल्या नकाशाकडे पाहताना चीनविषयी आजवर ऐकलेल्या या नाना कथा आम्हा मुलांना आवडत आणि मध्येच जेव्हा शिक्षक सांगत की, चीनच्या पूर्वभागावर एका म्हाताऱ्या राणीचे राज्य आहे; ही राणीसुद्धा अफू ओढते, तेव्हा आम्हाला आश्चर्य वाटत नसे. ती राणी त्या वेळी पासष्ट वर्षांची होती. जगाच्या दोन मोठ्या भागांवर दोन म्हाताऱ्या राण्या सत्ता गाजवीत होत्या. पॅसिफिक आणि अटलांटिकसारख्या दोन महासागरांमुळे या दोन्ही राण्यांपासून आम्ही लोक बचावलो आहोत. ही किती बरी गोष्ट आहे, असे मला वाटे.

कधी नव्हे ते लोकांचे लक्ष जगाच्या नकाशाकडे वळले होते. उभी अमेरिका भूगोल शिकू लागली होती. याचा पुरावा म्हणजे घरोघरी हिंडून पुस्तके खपविणारे विक्रेते आता ॲटलासच्या प्रती घेऊन हिंडत होते आणि ॲटलासचा खप वाढला होता. तेवढ्या त्या काळात ॲटलासच्या हजारो प्रती खपल्या. अनेक लोकांना 'युरोप' कुठे आहे आणि 'आशिया' कुठे आहे, हे अगदी नव्याने माहीत होत होते.

मला स्वतःला नकाशा पाहता-पाहता बऱ्याच नवीन गोष्टी माहीत होत होत्या. बारकाईने पाहिल्यावर मला या नकाशात बऱ्याच जागा अगदी कोऱ्या आढळल्या. मध्य आफ्रिकेत अशा कोऱ्या जागा होत्या. मध्य आशिया आणि दक्षिण अमेरिकेतसुद्धा होत्या. तिबेटचा बराचसा भाग कोरा होता. मध्य पर्शिया आणि मध्य मंगोलिया ही ठिकाणेही कोरीच होती. या ठिकाणी अद्याप कोणी प्रवासी गेलाच नव्हता, मग नकाशा उतरविणार कोण?

या कोऱ्या जागा बघताना मला वाटे की, इकडे अद्याप कोणी का गेले नाही? धाडसी प्रवाशांनी या जागा अद्याप का धुंडल्या नाहीत? याचे कारण काय असावे बरे? आणि असा विचार करता-करता माझ्या मनात येई की, कोणी सांगावे; कदाचित मीसुद्धा या जागांकडे प्रवासाला जाईन आणि एके दिवशी मोठा संशोधक म्हणून नाव मिळवेन.

मग मी शिक्षकांना अनेक प्रश्न विचारले; पण आमचे शिक्षक इतक्या दूरवरच्या ठिकाणांविषयी फार विचार करायला तयार नव्हते. माझ्या चौकस

प्रश्नांची उत्तरे त्यांना देता आली नाहीत, उलट कुठल्या तरी माहीत नसलेल्या प्रदेशाविषयी मी नाना प्रश्न विचारावेत, हेच त्यांना आवडले नाही. फालतू चौकशी करण्याऐवजी मी गणिताकडे लक्ष द्यावे, शुद्धलेखन सुधारावे असे त्यांचे म्हणणे पडले.

मुलांच्या जिज्ञासेविषयी या शिक्षकांना आस्थाच नव्हती, असे म्हटले पाहिजे. अभ्यासक्रमात जे आहे, त्यापलीकडे जाण्याचे कारण नाही, असेच त्यांना वाटत असावे. पुस्तकात छापलेल्या मजकुराविषयी या शिक्षकांना फार आदर होता. त्यात जे आहे, ते ब्रह्मवाक्य. त्यात जे नाही त्याचा विचार करायची गरज नाही. 'अज्ञान' हे अशा पद्धतीनेच स्वत:चा बचाव करते आणि उलट तोराही मिरवते.

अर्थात शिक्षकांच्या या आडमुठ्या वागणुकीमुळे मी गप्प बसलो नाही, माझ्या बरोबरीच्या अनेक विद्यार्थ्यांचे मात्र नुकसान झाले हे निश्चित. त्यांची चौकसबुद्धीच मारली गेली. मी प्रश्न विचारीतच राहिलो, उत्तरे शोधीत राहिलो आणि माझ्या या चौकसबुद्धीमुळेच शेवटी मला अनेक गोष्टी माहीत झाल्या. मी अगदी शपथेवर सांगेन की, शाळेत असताना शिक्षकाकडून मी जे शिकलो त्याच्या कितीतरी पटीने जास्त शिक्षण माझे मीच केवळ चौकसबुद्धीने घेतले.

इकडे शाळेत जगाचा नकाशा शिकविला जात होता, मी प्रवासी संशोधक होईन अशी मनोराज्ये करीत होतो आणि तिकडे क्युबात आमची सरशी होत होती. थिओडोर रुझवेल्ट आणि 'रफ रायडर्स'ने कमाल केली होती. रुझवेल्ट म्हणजे न्यूयॉर्कचा माणूस, तो जिंकणार याबद्दल आम्हाला शंकाच नव्हती.

कमॉडोर ड्युईनीही प्रेसिडेन्टच्या हुकुमाची ठीक अंमलबजावणी केली होती. युद्धनौका घेऊन तो थेट मनिलाला गेला होता आणि स्पेनच्या आरमाराचा त्याने धुव्वा उडविला होता. बरे, एवढ्या विजयाबदली प्राणहानी किती झाली म्हणून विचाराल तर शून्य. फक्त सहा अमेरिकन जवान किरकोळ जखमी झाले होते. युद्ध करावे तर असे!

या विजयानंतर आठवड्याभरातच ड्युईला 'रिअर ॲडमिरल' म्हणून बढती मिळाली. सगळे लोक खूश झाले.

क्युबात असे युद्ध चालले होते; तर खुद्द न्यूयॉर्कमध्ये एक खासगी युद्ध रंगले होते. हे युद्ध कागदी होते, दोन वर्तमानपत्रांतले. एका वर्तमानपत्राचे नाव 'जर्नल' आणि दुसऱ्याचे 'वर्ल्ड'. हे युद्ध रात्रंदिवस चालू होते. कशासाठी? तर ताज्या बातम्या, अग्रलेख, शीर्षके आणि खप. जाहिरातदाराचा नातू असल्यामुळे ही लढाई मला अगदी जवळून बघता येत होती, हे विशेष.

रोज संध्याकाळी मी आणि आजोबा जाहिरातींचा मजकूर घेऊन या कचेरीतून

त्या कचेरीत फिरत असू. आम्हाला सगळे दिसत होते, कानांवर येत होते, पण आम्ही कसले वस्ताद, 'वर्ल्ड'कडे गेलो म्हणजे आत्ताच जर्नलच्या कचेरीतून आलो; असे आम्ही चुकून बोलत नसू. आपले पाहायचे आणि ऐकायचे. या दोन्ही वर्तमानपत्रांच्या कचेऱ्यांतून चाललेली वेडी धमाल आम्ही रोज बघत होतो.

शीर्षके देण्याच्या बाबतीत या दोघांची चढाओढ चाललेली असे. पहिल्यांदा घटना चांगली नाट्यपूर्ण करायची; मग ती सनसनाटी बनवायची आणि शेवटी ही एक आकस्मिक आपत्ती आहे, असा आकार द्यायचा. दोन्ही पत्रांनी खास पोरे ठेवली होती. दुसऱ्यांच्या अंकाची गरमागरम प्रत, प्रेसमधून निघाली की आणून आपल्या कचेरीत द्यायची हे त्यांचे काम. मग 'जर्नल'ने 'अमुक ठिकाणी चकमक झडली' अशी ठळक बातमी दिलेली असली, तर लगेच 'वर्ल्ड'ने 'जोरदार लढाई' असे मोठे शीर्षक देऊन तीच बातमी द्यावयाची की, लगेच तासाभरात 'जर्नल'ने तीच बातमी 'भयंकर रक्तपात' अशा मोठ्या शीर्षकाखाली छापायची.

शीर्षके लिहिणारी माणसे ती कशी लिहितात हे मी पाहून घेई. मजकूर लिहिणारी माणसेही कसे लिहितात, काय लिहितात हे पाहून घेई. बातमी कशी तयार होते, मुळात काहीच नसताना, त्यातून काहीतरी कसे काढले जाते आणि मग हे काहीतरी कसे विलक्षण महत्त्वाचे केले जाते, हे जाणून घेण्याचा मी आटोकाट प्रयत्न केला. अनेकदा शीर्षकाचा आणि खालच्या मजकुराचा अर्थाअर्थी काहीही संबंध नसे. कित्येकदा शीर्षक व मजकूर या दोन्हींचा आणि सत्याचा काहीही संबंध नसे. असे करणे काही खरे नव्हते, पण हे काम करणारी सगळी माणसे भली होती; मला ती आवडत, वर्तमानपत्राचा हा सगळा धंदाच अजब होता. माझी अक्कल गुंग होऊन जाई.

बातम्यांबाबत अशी लढाई चाले. खपाबाबतही तीच तऱ्हा. दोन्ही वर्तमानपत्रांच्या स्वतःच्या गाड्या होत्या, अंक विकणारी पोरेही होती. काही वेळा दोन्हीकडच्या गाड्यांत शर्यत लागे, घोडे जोरात उधळत, आत भरलेले वर्तमानपत्रांचे काही गठ्ठे गाडी हिंदकाळून रस्त्यावर पडत; ओझे हलके होई आणि घोड्यांना धावायला बळ येई. प्रत्येक गाडीत एक गाडीहाक्या आणि दोन पोरे असत. दोन गाड्यांत डावी-उजवीसाठी चुरस होई. वाट सोडण्याबाबत मी तू, मी तू होई. सोयीस्कर जागा बघून एका गाडीतील मंडळी दुसऱ्या गाडीवर हल्ला करीत. या लढाईत ज्या गाडीचा पराभव होई, ती गाडी सूडाची प्रतिज्ञा करी आणि चुरस-चुरस म्हणता म्हणता खरी हाणामारी होई. तरी शिपाई लोक मध्ये पडत नसत, ही घरगुती लढाई आहे, हे त्यांना ओळखू येई.

गाड्यागाड्यांतली ही हाणामारी वरचेवर होऊ लागली म्हणजे वर्तमानपत्रवाले भाड्याने गुंड बोलावीत. हे गुंड लोक घोड्यावर बसून गाड्यांच्या मागोमाग

राहत. मग हाणामाऱ्या होत. अशा हाणामारीत कुणी जखमी झाले की, त्याला तत्काळ उचलून कचेरीत आणले जाई. कचेरीच्या तळघरातून खाटा तयारच असत. जखमांना टाके घालण्यासाठी डॉक्टर मंडळीही तयार ठेवलेली असत.

◆

वसंत ऋतू आला, गेला. आम्ही आपले लेफ्ट-राइट करीतच होतो. रेल्वे इंजीनने सोडलेली वाफ जुमानली नाही, धूर जुमानला नाही, घिसाड्याच्या ऐरणीवरून उडणाऱ्या ठिणग्या जुमानल्या नाहीत, आमची परेड बेगुमान चालूच राहिली. नवीनवी राने, कधी माहीत नसलेले रस्ते, शहराचा माहीत नसलेला भाग, सगळीकडे आमचा संचार चालू राहिला.

माझा आणि राईनहार्टचा विचार चालूच होता. आमची खासगी बोलणी चालूच होती. भरती करणाऱ्या साहेबाने आम्हाला 'पुढच्या वर्षी या' सांगितले होते. सबंध वर्षभर थांबायचे म्हणजे अति झाले.

मी म्हणे, "सप्टेंबर महिन्यात माझा वाढदिवस आहे, मग मी एक वर्षाने मोठा होईन."

"माझा ऑक्टोबरमध्ये."

"म्हणजे तूही एक वर्षाने मोठा होशील."

"बहुतेक होईल."

मग आम्ही ठरविले की उन्हाळ्यात साहेबापुढे पुन्हा जायचे आणि सांगायचे की, 'आता आम्ही काही लहान नाही, आम्हाला भरती करून घ्यायला काही अडचण नाही.'

राईनहार्ट म्हणाला, 'उन्हाळ्यात आपण बिगुल किंवा क्लॅरोनेट वाजवायला शिकणार; म्हणजे मग साहेबाला नाही म्हणताच येणार नाही.' मी म्हणालो, 'मी धावायचा सराव करेन म्हणजे मग टपाल पोहोचविण्यासाठी मला भरती होता येईल.' आपण आपले याच कामाला योग्य आहोत अशी माझी अगदी खातरी होती.

उन्हाळ्याच्या सुरुवातीचा महिना आम्ही कसा रेटला, हे आता माझ्या आठवणीत नाही; पण महिना गेला. या काळात माझा लष्करी पोशाख कपाटात टांगलेला होता. वरचेवर मी कपाट उघडून तो नीट आहे याची खातरी करून घेत होतो.

वर्तमानपत्राच्या कचेरीत गेलो म्हणजे पुन:पुन्हा तिथल्या माणसाला मी विचारी, "का हो, लढाई आणखी किती दिवस चालेल?"

"का?"

"सांगा की, मला पाहिजे."

"नक्की सांगता येत नाही. तीस वर्षं चाललेल्या लढाईची गोष्ट तू ऐकली नाहीस?"

"नाही."

"बरं, 'सिव्हिल वॉर' किती वर्षं चाललं होतं, माहीत आहे?"

"नाही साहेब, मला नक्की काही माहीत नाही."

"मी सांगतो, नीट लक्षात ठेव, १८६१ला लढाई सुरू झाली, १८६२ला अमेरिकेने ती पुढे चालविली. १८६३ला निग्रो लोक स्वतंत्र झाले आणि १८६४ साली लढाई संपली. शिपाई जॉनी आपल्या घरी सुखरूप आला."

"म्हणजे चार वर्षे. मग छान आहे."

"छान?"

"हो, पुढच्या वर्षी मला सैन्यात घ्यायचं कबूल केलंय."

"खरं?"

"हो, हो.'"

"अरे, अजून थोडा मोठा हो."

"होईन, होईन साहेब."

पण शाळा उघडेपर्यंत आम्ही थांबलो नाही. क्युबात फार गडबड उडाली होती. जुलै महिन्यात स्पेनची आणखी काही जहाजे, सॅन्टिएगो बंदरापाशी बुडविली गेली. मग आम्ही गप्प कसे राहायचे? राईनहार्टने आणि मी ठरविले की, आता आपण नक्कीच थोडे मोठे झालो आहोत. पुन्हा भरती होण्याचा प्रयत्न केला पाहिजे.

लगेच झाडून झटकून आम्ही आमचे लष्करी पोशाख बाहेर काढले. ठीक अंगावर चढविले आणि थर्ड ॲव्हेन्यूहून बेचाळीस नंबरच्या रस्त्यावर कूच केले. जाता-जाता राईनहार्टला मध्येच शंका आली.

"आणि समज, तांबड्या मिशाचा तो साहेब, आता तिथे नसलाच तर?"

"नसला तर नसला; त्याच्या जागी कोणीतरी असणारच. आपण त्याच्यापुढे जाऊन सांगू."

"पण त्या पहिल्या साहेबानं आपल्याला कबूल केलंय, हे याला कसं माहीत असणार रे?"

"नसेल तर आपण सांगू त्याला."

"आणि त्याला खरं नाही वाटलं तर? आपल्यापाशी काहीतरी लेखी पाहिजे होतं."

"अरे, अमेरिकन मिलिटरी दिलेला शब्द कधी फिरवील का?"

"मुळीच नाही. यू.एस.आर्मी आहे, मिस्टर."

"मग?"

अखेर आम्ही ठिकाणावर पोहोचलो. बघतो तर काय, साहेब सोडा, ते भरतीचे ठाणेसुद्धा जागेवर नव्हते. जागा भाड्याने दिलेली होती आणि तिथे आता वाणसौद्याचे दुकान नांदत होते.

आम्ही तडक आत शिरलो आणि वाण्यापाशी चौकशी केली. त्या बापड्याला इथे कधी ठाणे होते याचा पत्ताही नव्हता.

आम्ही बाहेर पडलो आणि पोलीस गाठला. त्याच्यापाशी चौकशी केली, "का हो, इथं भरती करून घ्यायचं ठाणं होतं ना?"

"हो, होतं; आता बंद झालं. त्यांना आता नवे रिक्रूट नकोत. ढीग पडलेत. काय करायचं इतक्याचं?"

हा भलताच हबका होता आम्हाला.

पण आम्ही निराश झालो नाही. राईनहार्टला समजावले, सिव्हिल वॉर चांगले चार वर्षे चालू होते. शिवाय तीस वर्षे चाललेल्या लढाईची गोष्ट मला नुकतीच समजली होती. या काही गप्पा नव्हत्या; इतिहास होता. आम्ही इतिहासापासून स्फूर्ती घेतली. पण काही उपयोग झाला नाही. शाळा सुरू होण्याअगोदर एक महिना आम्ही वाईट बातमी ऐकली. आमच्या फौजा क्युबातून जलदीने परत पाठविल्या जात होत्या, पिवळ्या तापाची साथ सुरू झाली होती आणि लढाई थांबली होती. युद्धतहकुबीचा करार झाला होता. रुझवेल्टचा आणि 'रफ रायडर'चा जयजयकार होत होता. रुझवेल्टने मैदान मारले यात आम्हाला आश्चर्य नव्हते. आमच्या न्यूयॉर्क पोलीस दलांपैकी कोणीही अधिकारी निवडला असता तरी नेतृत्व आणि शौर्य या दोन्हीही बाबतीत त्याने काहीतरी असामान्य करून दाखविले असतेच. रुझवेल्ट क्युबाकडे जाण्याअगोदर आम्ही भविष्य केले होते की, हा माणूस काहीतरी विशेष करणार. करता येण्याजोगे विशेष काही नसले तरी हा ते विशेष करील आणि मग जिंकेल. न्यूयॉर्क पोलिसदलात तयार झालेला माणूस काहीही जिंकेल, याविषयी आम्हाला शंकाच नव्हती.

रुझवेल्ट आणि 'रफ रायडर्स'ने असा सणसणीत जय मिळविला होता की, लढाई सुरू झाली न झाली, एवढ्यात त्यांनी संपवूनही टाकली.

सप्टेंबरमध्ये आमची शाळा सुरू झाली. आम्ही जवान गोळा झालो, परेड करू लागलो, पण आता परेडमध्ये मजा नव्हती. आमची मने उदास झाली होती.

वर्ष संपता-संपता आम्हाला जोर आला. जगात बऱ्याच ठिकाणी अशांतता निर्माण झाली होती. आम्हाला अजून आशा करायला जागा होती.

१८९९च्या सुरुवातीला फिलिपाईन्स बेटांना स्वातंत्र्य जाहीर झाले आणि

फिलिपिनो लोक बंड करून उठले. सतरा हजार अमेरिकन जवान हे बंड मोडण्यासाठी फिलिपाइन्सकडे गेले; असे आम्ही ज्या दिवशी ऐकले त्या दिवशी पुन्हा आम्ही पुलावरून लेफ्ट-राइट करीत गेलो. धूर, वाफ आणि घिसाड्याच्या दुकानातील ठिणग्या पुन्हा अंगावर घेतल्या.

हे घडते न घडते तोवर याच सालात जगावर राज्य करणाऱ्या दोन्ही म्हाताऱ्या राण्या गोत्यात आल्या.

व्हिक्टोरिया राणीच्या राज्यात दक्षिण आफ्रिकेत गडबड सुरू झाली होती आणि तिच्या फौजा डच वसाहतवाल्यांशी लढण्यासाठी गेल्या. 'बोअर युद्ध' सुरू झाले. अमेरिकेचा या प्रकरणाशी काही संबंध नव्हता, तरी आम्ही आपले खूश झालो. तेवढीच गंमत; मुळात खळबळ होती; तिच्यात भर. जो तो बाजू घेऊ लागला. आयरिश लोकांनी पुढाकार घेतला. आमच्या शेजारी असलेल्या आयरिश दारूगुत्तेवाल्यांनी आपल्या दुकानावर डच झेंडे फडकावून इंग्रजांविषयीचे आपले मत जाहीर केले.

दुसऱ्या म्हातारीच्या राज्यात ज्या घटना घडत होत्या, त्यापासून मात्र अमेरिका दूर राहू शकत नव्हती. अमेरिकन धर्मोपदेशक, युरोपिअन्स आणि चीनमध्ये असणारे इतर गोरे यांना जीव नकोसा करणाऱ्या पिवळ्या राक्षसांना ही म्हातारी, अफू ओढणारी जाखीण उत्तेजन देत होती. या पिवळ्या लोकांची संघटनाच होती. 'वळत्या मुठीने गुद्दे चढवा', असे त्यांचे ध्येयवाक्य होते. या नाऱ्यामुळे आमची वर्तमानपत्रे त्यांचा उल्लेख 'गुद्देवाले' असा करीत.

म्हाताऱ्या राणीने आणि गुद्देवाल्यांनी अजून म्हणण्यासारखे काही केले नव्हते, तरी आज ना उद्या काहीतरी गंभीर प्रकार घडणार असा सर्वांचा होरा होता. वातावरण तापत राहावे म्हणून वर्तमानपत्रे प्रयत्नांची पराकाष्ठा करीत होती. महिनोन् महिने गणती, ही वर्तमानपत्रे चीनविरुद्ध स्वत:च लढाई खेळत होती. रोज रात्री जादा अंक निघत आणि फिलिपाईन्स, बोअर युद्ध किंवा चीनवर जमणारे काळे ढग याविषयी त्यांतून भरगच्च मजकूर छापलेला असे.

सर्वत्र खळबळीचे वातावरण होते. रस्त्यांतून, घरांतून, शाळांतून हीच हवा होती. वृत्तपत्र-व्यवसायाला भले दिवस आले होते. एकामागून एक अरिष्टे कोसळत होती आणि इकडे वर्तमानपत्रांचे नशीब फळफळत होते. मासिकेसुद्धा चुरचुरीत लेख छापत होती. 'सॅटरडे इव्हिनिंग पोस्ट'सारखे क्षुद्र साप्ताहिकसुद्धा आता प्रत्येक दुकानात दिसत होते. आमचे चालू युद्ध आणि दोन अवघड राण्यांबरोबर चाललेले खटके यात वृत्तपत्रव्यवसायाचे चांगलेच फावले होते.

जनमताला फुटलेली उकळी सारखी उसळत ठेवण्याचे काम वर्तमानपत्रे चोख बजावीत होती आणि त्यामुळे आम्ही अगदी मस्त काळात राहत आहोत, असे आम्हाला वाटत होते. हा काळ विलक्षण खळबळीचा होता, शूर लोकांना संधी मिळावी म्हणून आलेला.

गंमत अशी की, युद्धावर जाण्यापूर्वीच विजय संचलनात भाग घेण्याचा मान आम्हाला मिळाला. राईनहार्टने प्रथम ही बातमी सांगितली तेव्हा मला वाटले तो चेष्टा करतो आहे. पण नाही, गोष्ट खरी होती. ॲडमिरल ड्युई आपल्या नौदलासह न्यूयॉर्ककडे यायला निघाला होता आणि इथे, आमच्या या सुंदर बेटावर त्याचे भव्य स्वागत होणार होते. आजवर कुणाही अमेरिकन योद्धाच्या वाट्याला आलेले नाही एवढे भव्य स्वागत; अहो, शत्रूचे अख्खे आरमार बुडविणारा योद्धा यापूर्वी अमेरिकेच्या इतिहासात झाला होता कधी?

हो, विजय संचलन होणार होता आणि अमेरिकन सैनिक आणि नौदल यांच्या बरोबरीने परेड करण्यासाठी पी. एस. एटीनच्या जवानांना निमंत्रण होते. झाली गोष्ट अगदी योग्य झाली असे आम्हाला वाटले. आम्ही क्युबाला प्रत्यक्षात गेलो नसलो तरी जाण्यासाठी खडे तयार होतोच की; ज्या क्षणी हाक येईल त्या क्षणी जाण्याची आमची तयारी होतीच की, आणि विशेष म्हणजे प्रत्यक्ष युद्धासाठी आम्ही स्वत:ला कठीण बनवून घेतलेच होते. या कामी मोफत धूर आणि वाफ पुरविल्याबद्दल न्यूयॉर्क रेल्वे बोर्डाला आणि लाल ठिणग्या पुरविल्याबद्दल घिसाड्यांना शतशः धन्यवाद!

फिफ्थ ॲव्हेन्यूमधल्या जवाहिऱ्याच्या दुकानात ठेवला होता, तेवढा मोठा चांदीचा कप मी उभ्या हयातीत पाहिला नव्हता. या कपाची उंची चार फूट होती आणि घेर एवढा होता की, आत जाऊन सहज आरामात मी बसलो असतो. ॲडमिरल ड्युईला न्यूयॉर्कच्या नागरिकांची ही भेट होती. एवढ्यानेच भागले नव्हते. न्यूयॉर्कमध्ये असलेल्या जवळजवळ पंचवीस ते तीस शिल्पकारांची एक कमिटी नेमण्यात आली होती, आणि सगळ्या जगात नसेल एवढी मोठी विजयी कमान उभारण्याचे काम चालले होते. आठवड्यामागून आठवडे आम्ही मुले मेडिसन चौकात जाऊन बघत होतो, आणि हळूहळू ही भव्य कमान आकार घेत होती.

मुख्य कमान तीन मजली उंचीची होती आणि तिच्या अगोदर दोन्ही बाजूंना ग्रीक पद्धतीचे खांब होते. एका-एका जागी चार खांब एकत्र घेतलेले होते आणि प्रत्येक खांबाच्या वर प्लॅस्टरचा गोल होता. एकत्र असलेल्या प्रत्येक चौखांबीच्या तळाशी, पुरुषभर उंचीच्या देवदूताच्या मूर्ती होत्या. या देवदूताच्या खांद्याला पसरलेली पंखे होती. पुढे आलेल्या त्यांच्या हातात प्लॅस्टरच्याच डहाळ्या होत्या.

सप्टेंबरच्या तीस तारखेला परेड होती. सगळ्या राज्यांतून लोकांचे थवेच्या थवे घेऊन न्यूयॉर्क गजबजले. फेरीवाल्यांनी ड्युई बटणे, अमेरिकेचे निशाण आणि माहितीपुस्तके विकली.

या माहितीपुस्तकांतून शहरातील महत्त्वाची ठिकाणे दिलेली होती आणि हॉटेले, खानावळींची यादी दिली होती. माझ्या आजोबांच्या मताने हॉटेलांचे दर फार महागडे होते. बहुतेक सगळ्या हॉटेलांचे दर दिवसाला दोन डॉलर्स आणि पन्नास सेन्टस् असे होते. यात जेवणही धरलेले होते. 'वॉल डॉर्फ' आणि 'अस्टोर हाउस' या दोन हॉटेलांनी मात्र इतकेच दर ठेवून त्यातून जेवण मात्र कटाप केले होते. खानावळींनीही आपले दर एक डॉलरचे वाढवून एक डॉलर आणि पन्नास सेन्ट्स केले होते.

माझ्या आजोबांपाशी येऊन हॅडले म्हणाले, ''काय हो, एक डॉलर आणि पन्नास सेन्ट्स म्हणजे झालं काय; मिळतात किती माणसाला रोज? दिवसाला दोन डॉलर हा तर कामगाराचा एकूण पगार आहे आपल्या इथे.''

आजोबा म्हणाले, ''मला आठवतं, आमच्या वेळी एकच डॉलर मिळत होता.''

''आता दोन देतात, पण खुशीने नाही; राहणीमान वाढल्यामुळे देणं भागच आहे. थोडं थांबा, दिवसाला तीन डॉलर द्यावे लागतील, तीन!''

आजोबांना वाटले, तीन डॉलर म्हणजे फार झाले. मान हलवून ते म्हणाले, ''असा पैसा सोडल्यावर काय, युरोपमधून रोजगारी लोक आयात होतील.''

हॅडले हसून म्हणाले, ''नक्कीच! आत्ताच चाललंय तसं. अमेरिकन कामगारांनी जर थोडं डोकं वापरून संघटना केली नाही, तर त्यांचं नावनिशाण नाही राहणार.''

असली चर्चा माझ्या आजोबांना आवडत नसे. हा 'समाजवाद' झाला आणि 'समाजवाद' ही काही चांगली गोष्ट नाही, असे त्यांना वाटे.

हॉटेलांनी आणि खानावळींनी आपले दर वाढवूनसुद्धा बाहेर आलेली मंडळी खुशीत होती. संध्याकाळी प्रत्येक जण भटकायला निघे आणि फिफ्थ अ‍ॅव्हेन्यूकडे जाऊन अ‍ॅडमिरल ड्युईला देण्यात येणाऱ्या सोन्याचांदीच्या वस्तू बघे. या सगळ्या वस्तू अनेक देशप्रेमी समाजांनी दिलेल्या होत्या. त्या बघून सगळे म्हणत की, 'या वस्तू घरी नेण्यासाठी अ‍ॅडमिरलला घोडागाडीच आणावी लागेल.'

परेडच्या आदल्या दिवशी हडसन नदीवर आरमाराचे भव्य प्रदर्शन होते.

आमच्यापैकी ज्यांनी गर्दीत घुसून हे प्रदर्शन पाहण्याची संधी घेतली त्यांना काय सुंदर दृश्य दिसले – नौदलाची जहाजे वाफ सोडीत नदीचे पाणी उसळवीत ॲडमिरल ड्युईला शहराकडे घेऊन येत होती. केवळ सहलीसाठी बांधलेली दोन प्रसिद्ध जहाजे – एक जे. पी. मॉर्गन यांच्या मालकीचे आणि दुसरे चहाचे सुप्रसिद्ध व्यापारी सर थॉमस लिप्टन यांच्या मालकीचे – आघाडीवर होती. या शुभ्र जहाजांमागे, अमेरिकन नौदलाची लढाऊ जहाजे होती. 'आयोवा', 'इंडियाना', 'ओरेगॉन' आणि 'टेक्सास'. त्यांच्यासोबत 'न्यूयॉर्क' आणि 'ब्रुकलिन' ही दोन क्रूझर्सही होती. ही सगळी जहाजे ओळीने येत होती. येता-येता ग्रँटच्या समाधीसमोर आल्याबरोबर एकेक जहाज सलामीची अगदी जोरकस फैर झाडून पुढे होई. या फैरीसरशी जमीन हादरे आणि आमच्या नौदलाची ताकद काय विलक्षण आहे, याची चुणूक आम्हाला दिसे. या अशा दणक्या फैरींनीच स्पेनच्या आरमाराचा धुव्वा उडविला होता.

हा सगळा समारंभ मस्त झाला असे सगळे म्हणाले. फक्त हॅडलेंना मात्र तो पसंत पडला नाही. संध्याकाळी आमच्या दुकानात येऊन ते म्हणाले, 'हे काय, अमेरिकेच्या नौदलापुढे ती दोन पैकेवाल्यांची जहाजे का?''

आजोबा म्हणाले, ''मानाची सलामी! दुसरं काय?''

''आमच्या नौदलाला पैकेवाल्यांकडून मान मुळीच नकोय. नौदल आहे कुणाचे? जनतेचे की पैकेवाल्यांचे? ॲडमिरलना कळायला पाहिजे होतं, परवानगीच द्यायची नाही त्यांनी.''

हॅडले एकंदरीत या प्रकारांमुळे फार संतापलेले दिसले. कापऱ्या हातांनी त्यांनी आपल्या पाइपमध्ये तंबाखू भरला. भराभर झुरके मारले आणि ते आपले पाठ फिरवून निघून गेले.

मि. हॅडले काहीही म्हणेनात का, त्या दिवशी रात्री रस्तोरस्ती लोकांचे थवे भटकत होते. सुट्टी मिळालेले खलाशी भटकत होते. या लोकांनी गाणी म्हटली, नाच केला आणि पुष्कळ लोक पिऊन ठेस झाले. त्या नादात मारामाऱ्या झाल्या, पण सगळे आनंदात होते. मारामारी केलेले लोकसुद्धा म्हणाले की, 'वा! काय मजा आली.'

दुसऱ्या दिवशी सकाळी मी लवकर उठलो आणि शाळेपुढे जमलेल्या शिकाऊ रिक्रूटांत मिसळलो. हजेरी बुक भरण्याचे काम आटोपले रे आटोपले, लगेच आम्ही सर्व जण घोडागाडीत चढलो. ही गाडी रस्त्यापलीकडच्या दारूकारखान्याची होती. तांबड्या, निळ्या, पांढऱ्या रंगाच्या पताकांनी आणि अमेरिकेच्या निशाणांनी गाडी सजविली होती. पुढे जुंपलेल्या मोठमोठ्या बेल्जिअम घोड्यांनासुद्धा त्याच रंगाच्या झुली घातलेल्या होत्या. ही बेटी जनावरेसुद्धा खुशीत होती. आज सुट्टीचा

दिवस आहे आणि नेहमीसारखे जड ओझेही गाडीत नाही म्हणून ती अगदी मजेत दौडत होती. बोल-बोल म्हणता त्यांनी आम्हाला परेडच्या जागी आणून सोडले.

आम्ही थोडे लवकरच गेलो तरी बाजूचे रस्ते लोकांनी भरू लागले होते. सैन्यातले, आरमारातले लोक आणि इतर प्रेक्षक, सिव्हिल वॉरच्या वेळी गाजलेले सैनिक, खलाशी, नॅशनल गार्डचे सदस्य, वेगवेगळ्या शाळेची मुले, वेगवेगळ्या सैनिकशिक्षण संस्थांतील जवान अशी अनेक पथके होती. या वेगवेगळ्या पथकांची परेडसाठी रचना करण्यात अधिकारी गुंतले होते. प्रत्येक पथक अलग-अलग राहावे, एकाची वाजंत्री दुसऱ्याच्या आड येऊ नये, अशी काळजी ते घेत होते.

हे सगळे चालले होते आणि इकडे आमचा कप्तान राईनहार्ट आणि दारूगुत्याच्या घोडा-गाड्या हाकणारे दोघे गाडीवान, सोयीस्कर जागा धुंडत होते.

थोड्याच वेळात आम्हाला हाताने खुणावीत ते ओरडले, "अरे इकडे या, इकडे. आम्हाला 'झुएव्ह' सापडले. लवकर या."

"पळा रे पोरांनो! तुमच्यासाठी जागा सापडली."

आणि खरेच पलीकडे थोड्याच अंतरावर झुएव्ह ओळी करून उभे होते. मग आम्ही वेळ गमावला नाही. धावत गेलो आणि सगळे जण झुएव्ह सैनिकांच्या मागे रांगेत उभे राहिलो.

"हां! कशी नेमकी जागा सापडली." एक गाडीवान म्हणाला.

"जागा सोडायची नाही हं, ही." लगेच दुसऱ्याने बजावले.

"कुणाचं ऐकू नका. झुएव्ह चालू लागले की, आपण चालायचं. ही जागा दुसऱ्या कुणाला घेऊ देऊ नको."

जागा झकास होती यात संशयच नव्हता. 'न्यूयॉर्क फायर झुएव्ह' ही अगदी प्रसिद्ध रेजिमेंट होती. त्यांचे गणवेश अल्जेरियातल्या फ्रेंच झुएव्हसारखे रंगीत होते. तांबड्या तुर्की तुमानी, सुरेख गोट लावलेले निळे रेशमी कमरपट्टे, पायाला गुंडाळायचे पांढरे पट्टे आणि डोक्याला तुर्की फेझ.

या असल्या पोशाखामुळे खरे तर झुएव्हना बघून हसायला पाहिजे. पण या बहाद्दरांनी लढवय्ये म्हणून फार नाव कमावले होते. या सगळ्या लोकांच्या दाढ्या आता पिकल्या होत्या. पण त्यांच्या रेशमी कमरपट्ट्यात खंजीर खोवलेले होते आणि त्यांच्यापाशी बंदुकीच्या गोळ्यांनी चिरफाड झालेली, शत्रूच्या रक्ताने डागाळलेली, त्यांची लढाईतली निशाणे होती.

आम्ही आपले त्यांच्यामागे पण जरा दूरच असे उभे राहिलो. इतक्यात त्या दोघांपैकी एक गाडीवान धावत आला आणि म्हणाला, "अरे जवळ जा. मध्ये

जागा नका सोडू. नाहीतर दुसरे कोणी घुसतील.''

यावर आम्ही दोन पावलेच पुढे झालो. गाडीवानाचे म्हणणे काही खोटे नव्हते. बऱ्याच दुसऱ्या लोकांनी मध्ये घुसण्याचा प्रयत्न केला, पण आम्ही जागा धरून राहिलो आणि ते दोघे दारूकारखान्याचे गाडीवान आम्हाला सांभाळत राहिले. तिरक्या टोप्या घालून ते शेजारीच खडे उभे राहिले आणि घुसणाऱ्यांना बजावू लागले, ''हां, ही मुले आमच्या गल्लीतली आहेत. त्यांच्यामागे राहा, राह्यचे तर. ही मुले झुएव्हबरोबरच परेड करणार आहेत.''

आणि अशा तऱ्हेने आम्ही खरोखरच सुप्रसिद्ध झुएव्हच्या मागोमाग राहिलो. दुतर्फा बघायला उभ्या राहिलेल्या लोकांनी आरोळ्या मारल्या, टाळ्या दिल्या. खरं तर हे स्वागत सिव्हिल वॉरमध्ये मर्दुमकी गाजविलेल्या झुएव्ह सैनिकांचे होते. पण आम्हीही त्याचा स्वीकार केला. त्यांच्या प्रकाशात आम्हीही स्वत:ला उजळून घेतले.

तासांमागून तास गेले. ड्युई कमानीपाशी आलो तेव्हा आम्ही पार थकून गेलो होतो. पण माना ताठ ठेवल्या, हनुवट्या नाही हलविल्या, ओळ नाही मोडली; आमच्या परीने आम्ही अगदी शिस्तीत लेफ्ट-राइट करीत होतो.

मग मोठमोठे लोक बघायला होते तिथपर्यंत येऊन आम्ही पोहोचलो. हाच क्षण खरा महत्त्वाचा. पी. एस. एटीन कॅडेटची खरी परीक्षा इथेच होणार होती. पण तिथे इतके मोठे लोक बसले होते, इतक्या जणांच्या डोक्यावर अॅडमिरलसारख्या टोप्या होत्या की, नंतर आम्हापैकी कुणालाही 'मी अॅडमिरल ड्युई बघितले', असे म्हणता येईना. आमच्यापैकी एकालाही खातरी नव्हती. फक्त मला खातरी होती की, अॅडमिरल ड्युई तिथे बसलेले होते आणि त्यांनी आम्हाला बघितले.

आम्ही उत्सुकतेने वाट बघत होतो, तो दिवस अखेर आला होता आणि समारंभ संपला होता. आम्ही थकलो होतो, भुकेले होतो. परत जाण्याची घाई होती. सुदैवाने दारूकारखान्याच्या गाड्या आम्हाला परत पोहोचविण्यासाठी थांबून राहिल्या होत्या.

आम्ही थकलो होतो, भुकेले होतो. थोडेफार दुःखीही झालो होतो. 'विजय संचलन' झाले म्हणजे युद्ध संपले. आता जगभर शांतता होणार म्हणजे आम्ही एवढी खटपट करून आघाडीवर जाण्याची संधी नाही ती नाहीच. आपण फसलो गेलो, अशी आमची भावना झाली.

◆

पण हे काही खरे नव्हते. चीनमध्ये चाललेल्या धुसफुशीने दुसऱ्याच वर्षी

युद्धाचे रूप धारण केले. चीनच्या म्हाताऱ्या राणीने एके दिवशी पेकिंगच्या वेशीचा दरवाजा बंद करण्याचा हुकूम केला. आमच्या दृष्टीने याचा एकच अर्थ होता की, पेकिंगमध्ये जेवढे गोरे लोक होते, ते सगळे आता पकडले गेले. त्या ठोसेवाल्या संघटनेच्या तडाख्यात सापडले.

ही सगळी भयानक बातमी वर्तमानपत्रांतून आम्हाला कळली. पेकिंगमध्ये नक्की काय चालले आहे, हे तिकडून येणाऱ्या बातम्यांमधून स्पष्ट कळत नसे. तरी काय झाले? परिस्थितीचा अंदाज बांधणे कठीण नव्हते. चिनी लोकांविरुद्ध वातावरण तयार होऊ लागले. प्रत्येक दिवशी जादा अंक निघू लागले, मोठी शीर्षके झळकू लागली. युद्ध अगदी नजीक आले. आम्ही वाट पाहत राहिलो. आणि एके दिवशी चांगली बातमी समजली.

मुक्तिफौज चीनच्या मार्गावर होती. अडीच हजार अमेरिकन, तीन हजार ब्रिटिश, आठशे फ्रेंच आणि आठ हजार जपानी एवढे दल पेकिंगच्या रोखाने चालले होते. पण ही मुक्तिफौज वेळेवर पोहोचणार का?

आमच्या दुकानात येणारी गिऱ्हाइके नाना मते बोलून दाखवीत होती, "चिन्यांना मुष्टियुद्धातलं कितपत कळतं हो?"

ओलिअरी बाईंना सगळे माहीत होते. त्या म्हणाल्या, "अहो, चिन्यांसारखे निर्दय लोक जगात दुसरे नसतील. नरकात जेवढा छळ होतो ना त्यापेक्षा जास्त छळ ते करतात. मी सांगते तुम्हाला, हे चिनी आता आपल्या लोकांचा विलक्षण छळ करीत राहतील आणि आपले सैनिक आता वेशीशी आले असे कळले रे कळले की, सगळ्यांची मुंडकी छाटतील; पुरुष, बायका, मुलं सगळ्यांची. लिहून घ्या हे माझे शब्द."

आणि चीनमध्ये एकाएकी सामसूम झाली. गुद्देवाले चूप झाले. आमच्या मुक्तिफौजा गेल्यानंतर काही दिवसांतच सगळे संपून गेले. हे कसे झाले? पेकिंगमध्ये काय-काय उलाढाली झाल्या हे सविस्तर असे कुणालाच कळले नाही. वर्तमानपत्रांतल्या हकिकती वाचून माणूस उलट जास्त गोंधळात पडत होता. शेवटी काही महिन्यांनंतर बफेलो बिल आपला 'वाइल्ड बेस्ट शो' घेऊन जेव्हा खेळ करू लागला तेव्हा त्याचा खेळ पाहून आम्हाला खरी माहिती कळली.

बफेलो बिलचे मूळ नाव विल्यम एफ. कॉडी होते. खेळाच्या सुरुवातीला हरणाच्या कातड्याचे जाकीट, तसलीच पाटलोण घालून तो पांढऱ्या घोड्यावरून रिंगणात चक्कर मारायचा आणि गोल फिरता-फिरता हातात घेतलेली टोपी हलवून लोकांना रामरामी घालायचा. त्याच्या मागोमाग पिसाच्या टोप्या घातलेल्या रेड इंडियन लोकांची ओळ असे. काउबॉईज असत. आखूड चड्डया घातलेल्या

पिस्तुलबाज मुली असत. या खेपेला खेळाच्या शेवटी बफेलो बिलने 'गुद्देवाल्या चिन्यांचे बंड'' हा खेळ केला. नेमबाजी, दोरफासाची कामे वगैरे नेहमीची कामे झाल्यावर दिवे मंद झाले. लोक वाट बघत राहिले. वाद्यमेळ वाजत होता. तेवढ्यात मांडामांड झाली. मंद झालेले दिवे पुन्हा उजळले. तेव्हा चकित करणारा देखावा दिसला. पेकिंग शहराभोवतीचा तट, वेशीला असलेला भलामोठा दरवाजा आणि मागच्या पडद्यावर कौलारू घरे आणि इमारती. मग तटावरून चिनी सैनिक चालू लागले. त्यांनी पिवळे कोट घातले होते आणि खांद्यावर कुऱ्हाडी घेतलेल्या होत्या. आपल्या पाठीवर त्यांनी केसांच्या वेण्या सोडलेल्या होत्या. हे सैनिक तटावरून जात होते आणि तटाच्या तळाशी भयानक चेहऱ्याचे चिनी अफू ओढीत बसले होते.

पुन्हा दिवे हलकेच मंद झाले. आता काय दिसते म्हणून आम्ही बघत राहिलो. अगदी अंधारी रात्र आहे, असे वाटले. मग लांबून ऐकू येणाऱ्या बिगुलाच्या आवाजाने शांततेचा भंग केला. घोड्याच्या टापा ऐकू येऊ लागल्या, पडघम वाजू लागला म्हणजे अमेरिकन सैन्य आले.

मग एक सैनिक सावकाश सावट घेत-घेत आला. सावध नजरेने त्याने इकडे-तिकडे बघितले. घोड्यावरून खाली उतरून तो लपत-छपत पोटाने सरपटत पुढे आला. ठरावीक ठिकाणी आल्यावर तोंड मागे फिरवून आणि हात हलवून त्याने निशाणी केली.

संगीत मोठमोठ्याने वाजू लागले. घोड्यांच्या टापांचा आवाज वाढला. तटावरच्या चिनी सैनिकांनी धोक्याची सूचना दिली आणि ते मागेपुढे धावपळ करू लागले. अफूबाज घाबरले आणि सैनिकांत शिरून त्यांनी एकच गोंधळ केला. हा अडाणीपणा आणि एकंदर गोंधळ बघितल्यावर पेकिंगची आता काही धडगत नाही, हे लगेच कळत होते.

चिनी लोक असे गोंधळून गेले आहेत एवढ्यात, अमेरिकन सैनिक घोडा उधळीत रिंगणात आला. त्याच्या हातात अमेरिकेचा ध्वज फडफडत होता. त्यावर प्रकाशाचा झोत पाडलेला होता. लगेच लोकांनी टाळ्या दिल्या. 'भले-भले' म्हणून ओरडा केला.

तटावरचे चिनी सैनिक आणि अफूबाज घाबरून मदतीसाठी हाकाटी करीत हात वर करू लागले. त्यासरशी आम्हाला कळलेच की, त्यांचे आता भरत आले आहे.

घोड्यांच्या टापांचा आवाज वाढला. पार्श्वसंगीत जोरजोरात ऐकू येऊ लागले आणि अंधूक प्रकाशात अमेरिकन सैनिकांची तुकडी पोटाने सरकत पुढे येताना दिसू लागली. तटावरच्या चिनी सैनिकांनी चढाई करणाऱ्या या तुकडीकडे बघितले आणि कुऱ्हाडी टाकून बंदुका घेण्यासाठी ते धावले. लगोलग निशाणे

धरून त्यांनी बार काढले. लढाईचे आवाज ऐकू यावेत म्हणून पार्श्वसंगीत एकदम बंद झाले. चिनी सैनिकांनी केलेल्या गोळीबाराला अमेरिकन सैनिकांनी गोळीबारानेच उत्तर दिले. तीस बंदुकांतून कितीतरी वेळ आवाज निघत होते. मधून-मधून एखादा चिनी बंदूक टाकून देई आणि तटाखाली पडे.

"हा बघा, दुसरा पडला." प्रेक्षकांतून कुणी ओरडे.

"हा आणखी एक आला खाली–"

एकदम घोडदळाची एक तुकडी अमेरिकेचे निशाण फडकावीत आली. सबंध पटांगणाला तीन वेढे मारले आणि मग पायउतार होऊन धीटपणाने ते तटाशी गेले. तट चढून जाऊ लागले. आम्ही पाहत होतो. तटावर चढून जाणे काही सोपे नाही हे आमच्या ध्यानात आले. नाइलाजाने आमचे वीर डोंबाऱ्याप्रमाणे एकमेकांच्या खांद्यावर चढून पिरॅमिड करू लागले. काय करणार, एरवी तटावर पोहोचणार कसे? बरीच गोळागोळी झाली. तट पार होण्यासाठी बराच लढा द्यावा लागला आणि अखेर एकच एक सैनिक अमेरिकेचे निशाण घेऊन तटावर पोहोचला. पण लगेच शत्रूकडच्या सैनिकाच्या गोळीने त्याला खाली पाडले. आता निशाण खाली कोसळणार तोच दुसरा एक शूर सैनिक विलक्षण प्रयत्न करून वर गेलाही आणि कोसळलेले ते निशाण त्या बहाद्दराने सावरले.

प्रेक्षक आनंदाने बेफाम झाले. तटावर निशाण फडकताना पाहून आमच्या सैनिकांना पुन्हा जोर आला. बारा-तेरा सैनिक गर्दी करून तटावर गेले. चिनी सैनिकांना ठार करण्यासाठी त्यांपैकी काही तिथेच थांबले, काहींनी पलीकडे उड्या घेतल्या आणि दरवाज्याला लागून असलेला अडसर काढला.

दरवाजा उघडला आणि लगेच बँडवर राष्ट्रगीत वाजू लागले. इंग्लिश, फ्रेंच आणि जपानी सैनिकांच्या तुकड्या परेड करीत आल्या. आणि वर अमेरिकन निशाण फडकत असलेल्या पेकिंगच्या त्या मोठ्या दरवाजातून आत गेल्या.

ओरडून-ओरडून आमचे घसे बसले होते. घनचक्कर लढाई, विलक्षण शौर्य, मरण ही सगळी दृश्ये बघून आम्ही गळून गेल्यासारखे झालो होतो. तरी पण घरी परतताना आमचे पूर्ण समाधान झाले होते. गुद्देवाल्यांचे बंड कसे होते आणि ते आमच्या शूर सैनिकांनी कसे मोडून काढले, हे आता आम्हाला पूर्णपणे माहीत झाले होते.

माझी स्वत:ची मात्र थोडीशी निराशा झाली होती. या सगळ्या धुमश्चक्रीत अफू ओढणारी ती म्हातारी राणी कुठेतरी दिसेल असे मला वाटत होते. पण एवढी लढाई होऊन ती काही पेकिंगच्या तटावर आली नाही. पण मग माझे मलाच वाटले की, अशा धोक्याच्या जागी बाईमाणूस येणार कसे? त्यात ही तर

राणी. साउथ आफ्रिकेत युद्ध झाले तेव्हा व्हिक्टोरिया राणी कुठे तिथे गेली होती? मग चीनच्या राणीने तरी तटावर चढून सगळ्यांना का दिसावे? आपला जीव धोक्यात का घालावा या विचाराने माझे समाधान झाले.

बफेलो बिलने आपल्या खेळात गुद्देवाल्या चिन्यांचे बंड अगदी बेमालूम दाखविले. त्यापेक्षा अधिक असे लढाईचे वर्णन मला कुठल्याही इतिहासात वाचायला मिळाले नाही. त्या रात्री मी जे पाहिले तसेच सगळे पेकिंगमध्ये घडले होते, यात काही संशय नव्हता.

हा सगळा प्रकार १९०० सालातला. पण त्याअगोदर एक फार महत्त्वाची गोष्ट घडून आली. जुने शतक जाऊन नवे आले होते. १८९९ साल संपवून १९०० सालाच्या आगमनाबरोबर विसाव्या शतकाचा जन्म झाला होता. काही सनातनी वृत्तीचे लोक म्हणाले की, ३१ डिसेंबर १९०० उलटून जाईपर्यंत एकोणिसावे शतक संपले असे मानणे रास्त नाही. पण आम्ही या त्यांच्या म्हणण्याकडे दुर्लक्ष केले आणि एकोणिसाव्या शतकातल्या पहिल्या दिवसाचे स्वागत केले.

नवीन शतक जन्माला येताना कळा या सोसाव्या लागणारच. काही लोकांचे तर म्हणणे होते की, विसावे शतक मुळी येणारच नाही. ही मात्र चिंता उत्पन्न करणारी गोष्ट होती. माझे वय तेव्हा नऊ वर्षांचे होते. म्हणजे मला कळू लागले होते. काही चर्चची आणि ज्योतिषांची खातरी होती की, जगाचा आता अंत होणार. व्हायलाच पाहिजे. इतके पाप वाढले आहे. १९०० साल उजाडल्याचे बघायला कोणी जिवंत राहणारच नाही. म्हणजे जगभर आम्ही जी बहादुरी गाजविली होती, तिचा काहीच उपयोग नव्हता. नव्या वर्षाचा पहिला दिवस उगविण्याआधीच सगळे खल्लास होणार. चर्चपाशी तर आगामी संकटाबद्दल भरभक्कम पुरावेच होते. त्यांनी चक्क बायबलमधल्या ओळीच दाखवून दिल्या. तिथे जे म्हटले होते, ते अगदी अटळ होते. ज्योतिषीही म्हणत होते की, आकाशातले ग्रह तेच सांगत आहेत.

जगबुडीबद्दल दोघांचे जरी एकमत होते तरी तपशिलाबाबत मतभेद होता. काही जण म्हणत, 'जगाचा अंत होणार तो अग्नीने'. दुसरे म्हणत, जलप्रलयाने आणि तिसरा एक वर्ग होता तो म्हणे की, पृथ्वी फिरता-फिरता एकदम आपली वाट सोडील; सूर्यावर आपटेल किंवा अवकाशात उल्केसारखी कोसळेल.

ही सगळी बातमी दैनिक वर्तमानपत्रांत छापली जात होती. चर्चा होत होत्या. प्रत्येक जण कोणती तरी बाजू उचलून धरत होता आणि मी घाबरून गेलो होतो. जगबुडीविषयी लोक बोलत तेव्हा माझ्या कानांना कसेतरीच होई. डोळे विस्फारत. ऐकेन ते सगळे खरे वाटे. बोलणारे अगदी प्रामाणिकपणे बोलत आणि प्रामाणिकपणा

म्हणजे सत्य अशी माझी खात्री. विचार करता-करता माझे डोके फिरून जाई. एवढा लहान मी आणि लगेच मरून जायचे? सगळेच मरणार? आणि मरण असे की त्यात कसलाही गौरव नाही?

पण जगबुडीविरुद्ध कोण आणि काय उपाय करणार?

माझ्याप्रमाणेच मरण नको म्हणणारे आणखीही लोक न्यूयॉर्कमध्ये होते. देवाशी तडजोड करण्याची एक योजना त्यांनी काढली. यासंबंधीचा मजकूर मी वर्तमानपत्रात वाचला. या लोकांची अशी खातरी झाली होती की, महान आपत्ती जगावर कोसळणार आहे, पण तिने जगबुडी होणार नाही. जग वाचेल. फक्त या आपत्तीमुळे त्याला एक चांगला धडा मिळेल. जलप्रलय होईल किंवा एखादा प्रचंड स्फोट होईल आणि पुष्कळ प्राणहानी होईल. पण काही लोक नक्कीच वाचतील आणि ते नवे शतक उजाडल्याचे पाहतील.

काही मंडळी या बातमीवर मुळीच विश्वास ठेवायला तयार नव्हती. आमचे आजोबा त्यांपैकीच. हे लोक बायबलमधील वचनांचे खंडण करीत आणि ग्रह काय म्हणतात याकडे दुर्लक्ष करीत. त्यामुळे आजोबांनी माझी कितीही समजूत घातली, जगबुडी होणे कसे अशक्य आहे हे समजावून सांगितले, तरी त्यांचे म्हणणे बरोबर आहे आणि इतर लोक म्हणतात ते खोटे आहे, हे मला मुळीच पटत नव्हते. '१९००' हा आकडा मी कागदावर लिहून पाहिला आणि खरंच तो मला अगदी विलक्षण दिसला. इतका की, आजोबांच्या म्हणण्यात काहीतरी चूक होत आहे, असे मला वाटले. आमच्या वर्गात बायबलमधल्या गोष्टी वाचून दाखवित तेव्हा प्लेग, जलप्रलय यांची वर्णने मी ऐकली होती. अशा गोष्टी पूर्वी घडत होत्या. हे सगळे आठवून माझ्या मनाने चांगलीच भीती घेतली.

दिवसांमागून दिवस चालले आणि ती भयंकर वेळ जवळ येऊ लागली.

वर्तमानपत्रांतून नाना हकिकती प्रसिद्ध होत होत्या. काही लोकांनी म्हणे आपली बँकेतील सगळी शिल्लक काढून ती खर्च करायला सुरुवात केली होती. ते राजासारखी चैन करीत होते. आपले अखेरीचे दिवस त्यांना मजेत घालवायचे होते. आमच्या दुकानात येणाऱ्या लोकांपैकी काही लोकसुद्धा तयारीला लागले होते. एका बंबवाल्याने दहा सेन्टवाल्या चिरुटाचे बंडल एकदम घेतले. का तर म्हणे, प्रलयकाळी मी हे चिरूट ओढीन. आणखी एकाने चिरुटाची एक पेटीच खरेदी केली. का तर म्हणे, योग्य वेळी मी या लोकांना वाटणार आहे.

ओलिअरी बाई म्हणाल्या, "आता शंका घेण्यात काही अर्थ नाही. जगात पाप इतकं झालंय त्याबद्दल देवानं ही शिक्षा दिली, तर त्यात वावगं काही

वाटणार नाही मला. वाईट गोष्ट एकच आहे, दुष्टांबरोबर काही सज्जन माणसांनाही उगीचच्या उगीच शिक्षा होणार. आमचे 'हे' जर त्या दिवशी शुद्धीवर असले, तर आम्ही दोघं मिळून प्रार्थना म्हणू." असे म्हणून बाईंनी तपकिरीची एक मोठी चिमूट ओढली आणि मोठी शिंक दिली.

आजोबा म्हणाले, "देव तुमचं भलं करो!"

"माझ्या नवऱ्याला त्या दिवशी मी झिंगू देणार नाही. नाहीतर अशी आपत्ती येऊन त्यांना काही कळायचंच नाही."

फिडलवाला शुल्ट्झ आजोबांच्या पलीकडे बसला होता. बाईंचा हा निश्चय ऐकून तो म्हणाला, "हां, आजवर घडलं नाही ते आत्ताच कुठलं घडायला."

आणि तो नट क्वॉफ म्हणाला, "जग बुडणारच असलं तर शेवटचा पडदा पडला असं होईल. पण आपण सगळे एकाच रंगभूमीवरचे असू, नाही? जग ही एक रंगभूमीच आहे. सगळे स्त्री-पुरुष हे या रंगभूमीवरचे पार्टी आहे."

आपण प्रत्येक जण नट आहोत आणि शेवटी सगळे एकत्र रंगभूमीवर असणार ही कल्पना ऐकून मला जरा बरे वाटले.

अखेर संपल्या वर्षाचा तो शेवटचा दिवस आला. आला, आणि तोपर्यंत तरी काही घडले नाही. तरी पण अजून रात्रीचे बारा वाजून जायचे होते. तेवढ्यात प्रलय व्हायचा. कुणी सांगावे? त्या दिवशीच संध्याकाळी जेवणे उरकल्यावर आजोबा म्हणाले की, नवे शतक येते आहे, आपण ब्रॉडवेला जाऊ या. मला वाटले, जगबुडीच्या वेळी बाहेर पडणे काही बरोबर नाही. पण घरात मी एकट्यानेच कसे थांबायचे. नाइलाजाने मी सर्वांच्या बरोबर बाहेर पडलो.

आम्ही ब्रॉडवेच्या जवळ-जवळ येऊ लागलो, तसतशी रस्त्यावरची गर्दी वाढू लागली. लोकांच्या या धारिष्टाने मी चकितच झालो. एक तर या लोकांनी वर्तमानपत्रे वाचली नसावीत किंवा ते पुरे उद्धट असावेत. रेस्टॉरंटमधून, हॉटेलांतून ही गर्दी झालेली होती. लोकांनी कागदी टोप्या घातल्या होत्या. बेटे शँपेन पिऊन मजा करीत होते.

रस्त्यातून बघितले तर लोक आपले पिपाण्या वाजवीत होते. रिकामी डबडी बडवीत होते. सगळे आनंदात, मस्तीत होते. पोरेटोरे पोरींच्या कानापाशी जाऊन पिपाण्या फुंकीत होती; पोरीही खिदळत होत्या, लांब पळत होत्या.

आम्ही ब्रॉडवेला पोहोचलो त्या वेळी मध्यरात्रीची वेळ झाली होती. एका इमारतीवरच्या मोठ्या घड्याळाकडे आम्ही बघत होतो. घड्याळाचे मोठे काटे जवळ-जवळ येत होते. मी श्वास रोखून बघत होतो. आता कुठल्याही सेकंदाला

काहीही घडेल.

आणि अखेर घड्याळाचे दोन्ही काटे एकावर एक आले. मध्यरात्र झाली. नवे वर्ष, नवे शतक.

चर्चच्या घंटा घणघणू लागल्या. बोटींनी भोंगे दिले. रस्त्यावरच्या आम्ही लोकांनी दमछाक होईपर्यंत पिपाण्या फुंकल्या. थाळ्या बडविल्या. एकच कल्लोळ झाला. जुने वर्ष संपताना असा जल्लोष पूर्वी कधीच झाला नव्हता, आणि नव्या वर्षदिनी इतका आनंदही कधी व्यक्त झाला नव्हता.

दमून-भागून आणि पेंगाळून मी घरी आलो. वा! काय आनंद होता. जग बुडाले नाही. आता मी जगणार; नवे शतक पाहणार!

■

। दोन ।

नवे शतक

खरं तर 'जगबुडी होणार' अशी दवंडी पिटणारे लोक अगदी काहीतरीच बोलत नव्हते. जलप्रलय झाला नाही, अग्निप्रलय झाला नाही; नव्या वर्षाच्या आदल्या दिवशी जुन्या जगाचा शेवट झाला नाही; नव्या वर्षाच्या आदल्या दिवशी जुन्या जगाचा शेवट झाला. दुसऱ्या दिवशी १ जानेवारी १९००ला नव्या जगाचा जन्म झाला.

या नव्या शतकाच्या सुरुवातीच्या काही वर्षांत आमचे जीवन पूर्णपणे बदलणार होते. वीज आणि मोटारगाड्या असल्या सुधारणा, विमाने आणि चित्रपटाचा जन्म, औषधपाण्याबाबतचे शोध, कामगारांच्या जीवनमानात झालेली सुधारणा आणि त्यामुळे झालेला लोकशाहीचा प्रसार, असल्या नव्या गोष्टी आम्ही बघणार होतो, आणि त्यांचा आमच्या जीवनावर मोठा परिणाम होणार होता. हा सगळा बदल इतक्या त्वरेने होणार होता की, त्याला 'क्रांती'च म्हणावे.

पण १९०० सालातील पहिल्या सकाळी जेव्हा न्यूयॉर्क जागे झाले, तेव्हा येणाऱ्या बदलांची जाणीव कुणाला आहे, असे वाटले नाही. आमच्या वर्तमानपत्रांनासुद्धा! नित्याचे व्यवहार पूर्वीप्रमाणे चालू झाले. बातम्या बनविण्याचा, घडून गेलेल्या घटनांची नोंद घेण्याचा वर्तमानपत्रांचा धंदा चालू राहिला. भविष्यात काय घडणार आहे, याचा होरा येण्याइतपत विचारांची झेप त्यांनीही घेतली नाही.

नव्या काळाची जाणीव ज्यांना पहिल्यांदा झाली, असे न्यूयॉर्कमध्ये जे लोक होते त्यात आजोबा, आजी आणि मी होतो, असे मला वाटते. कारण विसाव्या शतकाच्या पहिल्या

सकाळी मी जेव्हा जागा झालो, तेव्हा मला नेहमीसारखे वाटले नाही. काहीतरी बिघडले होते. नंतर दोनच दिवसांनी मी अंथरूण धरले आणि विज्ञान-विज्ञान म्हणतात ते थेट आमच्या घरीच आले.

माझा घसा धरलेला आहे आणि अंगात सणसणून ताप आहे म्हणताच आजी फार अस्वस्थ झाली. डॉक्टर लँबर्ट आणि माझी आई या दोघांना तिने ताबडतोब बोलावणी धाडली. दोघेही अगदी टाकोटाक आले. डॉक्टर माझा घसा तपासत होते तेव्हा आजी आणि आई अंथरुणाशी उभ्या होत्या.

डॉक्टरांनी तपासून झाल्यावर म्हटले, ''घटसर्प आहे!''

त्यासरशी आई-आजींनी एकमेकींकडे आणि मग डॉक्टरांकडे बघितले. त्यांच्या मनात काय आहे, हे मला कळून चुकले. घटसर्प हा मुलांना होणारा भयंकर आजार होता. या आजारात घसा असा धरे की, डॉक्टरांना नळी घालून मुलाचा श्वास चालू ठेवावा लागे. असे करूनही पुष्कळदा काही उपयोग होत नसे. आजाराचे विष शरीरात भिनल्यावर कसलाही औषधी इलाज चालत नसे. घटसर्पाची साथ आली म्हणजे शेकडो मुले मरून जात. आईबाप आणि डॉक्टर अंथरुणाशेजारी हताशपणे उभे राहून मुलाचे मरण बघत.

आजी आणि आई फार अस्वस्थ झाल्या आहेत, हे डॉक्टरांच्या लक्षात आले. धीर देण्यासाठी ते म्हणाले, ''काही काळजी करू नका. मुलगा बरा होईल. घोड्यांच्या रक्तातून काढलेले एक नवीन औषध आहे. ते आपण देऊन बघू.''

''गोळ्या आहेत का?''

''अंहं, पातळ लस आहे. ती आम्ही सुईने शरीरात टोचतो. लस आणण्यासाठी मला सरकारी दवाखान्यात गेलं पाहिजे. लगेच परत येतो.''

डॉक्टर परत येईपर्यंत मला वायू झाला होता. टोचलेले मला कळले नाही. काही तासांनी माझा ताप उतरला. रात्री डॉक्टर बघायला आले तेव्हा मला पुष्कळच बरे होते.

आई म्हणाली, ''चमत्कारच आहे.''

आजीही म्हणाली, ''होय हो डॉक्टर, तुमचं हे औषध अगदी दैवी लीला आहे.''

चमत्कार खराच. त्या काळापासून ही लस सर्रास वापरात आली आणि ज्या आजाराने हजारो मुले दगावत त्या घटसर्पाबद्दलची धास्ती नाहीशी झाली. लस टोचायला डॉक्टरांना परवानगी न देणारे अनेक आईबाप होते. टोचून घेणे, हा प्रकार अनैसर्गिक आहे. लस हे विष आहे. शरीरातल्या रक्तात हे बाहेरचे विष

घालणे योग्य नाही, असे त्यांचे म्हणणे होते. म्हणे, देवाला हे मंजूर नाही.

पण फार काळ जावा लागला नाही. लोकांनी बघितले की, टोचून घेतलेली मुले जगतात, न घेतलेली दगावतात आणि विरोध मावळत गेला. विष ही कल्पना कोलमडली.

घटसर्प गेला म्हणून काय झाले, यमधर्मापाशी इतर अनेक रोग होतेच की! जवळजवळ रोज बातमी कळायची, अमका क्षयाने वारला; तमका दोषी तापाने आटोपला. कुणाला देवी आल्यानं त्यात तो गेला. कुणाला फलाणा ताप आला आणि तो मेला. हे आणि इतर डझनभर आजार होते. बरे, डॉक्टरविषयी भीती अशी की ऑपरेशन म्हणजे स्वर्गाला जाण्याचा पासच, ही खात्री.

त्या काळी कुठेही गेले तरी क्षयाने झिजणारे लोक दिसत. तापाने फणफणत, खोकत तेव्हा हे अशक्त लोक इकडेतिकडे हिंडत असत. प्रत्येक चाळीत निदान एक तरी पुरुष, बाई, मूल क्षयाने लागण झालेले होतेच. कित्येकदा सगळ्या कुटुंबालाच लागण होई. श्रीमंत लोकसुद्धा या रोगाच्या तडाख्यातून सुटत नसत. दरवर्षी हजारो माणसे क्षयाने मरत.

लस निघाली असूनसुद्धा देवीचा रोग चालू होता. बेपर्वा लोक लस टोचून घेत नसत. देवीच्या वणाने तोंडाचे ठोके तपेले झालेले अनेक लोक सगळीकडे दिसत. सुजक्या डोळ्यांचे, खरूज-नायट्यांनी गांजलेले, किडक्या दातांचे असेही अनेक लोक होते. डोक्याला हातरुमाल बांधून जाणारे-येणारे पुष्कळ लोक दिसत. असा माणूस दिसला की ओळखावे, याला डोकेदुखी उठलेली आहे.

संधिवाताने अधू झालेले लोकही दिसत. सांधे धरलेत, गुडघा सुजलाय अशी भाषा अनेकांच्या तोंडून ऐकू येई. तोंडे वाकडी करून लोक सांगत–

''काय हो, माझ्या कुरुपावरच लेकानं पाय दिला.''

''हां, माझ्या पायाची कुरुपं ठसठसताहेत. पाऊस नक्की येणार.''

या सगळ्या आजारांखेरीज आणखी एक भयानक आजार होता. बायबल-काळचा अवशेष असा कुष्ठरोग. या रोगाविषयी आम्ही नाना कल्पना करीत असू. अमक्या तमक्याला महारोग फुटला आहे, अशी हूलही वेळोवेळी उठत असे. अर्थातच ही खोटी असे. पण खऱ्याखोट्याचा पडताळा कोण घेतो? उठली हूल की ती खरीच. महारोग संसर्गजन्य रोग आहे. तो झाला रे झाला की, रोग्याला कुठेतरी लांब हलविले पाहिजे अशी आमची अगदी ठाम समजूत होती. महारोग्यांसाठी असे एक घर 'इस्ट रिव्हर'वरच्या बेटावर आहे, असे आम्ही ऐकून होतो. या बेटाकडे जाण्याची कल्पना अर्थातच रम्य नव्हती. जे जात ते

माघारी मुळीच येत नसत. आणखी एक सर्वत्र पसरलेली अफवा म्हणजे गावात जितके म्हणून चिनी लोक आहेत, त्या सगळ्यांना महारोग आहे. या खोट्या आळामुळे बापड्या मूठभर चिनी लोकांना पार मानसिक त्रास सोसावा लागे. त्यांना महारोग्यांसारखेच वागविले जाई.

पुष्कळदा एका माणसाचे दुःख दुसऱ्याचे सुख ठरते. चिन्यांच्या बाबतीत तसेच झाले होते. धोब्याचा धंदा करणारे सगळे गोरे लोक एकत्र झाले आणि त्यांनी या अफवेचा फायदा उठविला. भित्तीपत्रके काढली. त्यावर महारोगामुळे माणसाची काय भयानक स्थिती होते, याचे खरेखुरे फोटो दिले आणि खाली छापले 'चिनी लाँड्रीवाल्यांकडे कपडे टाकू नका. टाकाल तर तुमची स्थिती अशी होईल' आणि अज्ञान आणि भीती यामुळे हे धडधडीत असत्य आम्ही सत्य मानले.

त्या काळी यमाचा कडक अंमल होता. पण जसजसे दिवस जाऊ लागले, नव्या शतकाचा प्रभाव दिसू लागला तसतशी सतत पडलेली यमाची काळी छाया दिसेनाशी झाली. वर्षावर्षाला विज्ञान आणि वैद्यकशास्त्र प्रगत होत गेले. माणसांचे स्वास्थ्य, आरोग्य उत्तम राहील अशा अनेक साधनांची भर पडत गेली.

काही वर्षे गेली, तशी रोगांबद्दलची भीतीही गेली. हा फरक रस्त्यावरसुद्धा दिसू लागला. रोगांनी विद्रूप झालेले लोक दिसेनासे झाले. एखादा दिसे, पण क्वचित.

घटसर्पाच्या आजारात मी अंथरुणावर पडून असताना खाली आमच्या तंबाखूच्या दुकानात काहीतरी विशेष चालले होते. काय ते आजोबा, आजी सांगेनात. पण माझी खातरी होती की, नव्या शतकासंबंधीच काहीतरी चालले आहे.

शेवटी मला अंथरूण सोडायची परवानगी मिळाली आणि लगेच मी घाईने खाली जाऊन बघितले तर काय, अहो नवे झळझळते शतक अगदी आमच्या दुकानातच दिसले. एवढा मोठा लखलखाट मी आजवर कधी पाहिलाच नव्हता. बाजारपेठेतली वीजसुद्धा इतकी लखलखत नव्हती. आजोबांनी दुकानात गॅसचे दिवे घेतले होते. दिवे! काचेच्या हंड्यांतून लखलखणारे. त्याचा असा काही उजेड पडत होता की, बघणाऱ्यांचे डोळेच दिपत होते. खरेच विज्ञान ही काय चीज होती!

आजी आणि आजोबा माझ्याकडे बघत होते. हसऱ्या चेहऱ्याने मला विचारले, ''आवडले का तुला हे दिवे?''

“फार आवडले. शप्पत, अगदी दिवसासारखा उजेड पडलाय. सगळं लख्ख दिसतंय मला.”

“बघ, अगदी सगळं दिसतंय?”

आजोबा असं का विचारत आहेत, हे मला कळेना. भर्रकन मी सगळीकडे नजर फिरविली. तपकिरीचे रांजण, तो निग्रो पोरगा आणि हे काय? टेलिफोन! काय सुंदर टेलिफोन होता. इतका सुंदर टेलिफोन सगळ्या जगात दुसरा नसेल आणि तोही आमच्या दुकानात. आमच्या मालकीचा, एकट्याचा. याआधी मी टेलिफोन पाहिला नव्हता असे नाही. बाजारपेठेत आणि वर्तमानपत्रांच्या कचेऱ्यांतून टेलिफोन होते; चार घरे सोडून असलेल्या एका दुकानातसुद्धा होता. पण तंबाखूच्या दुकानात टेलिफोन मी कधीच पाहिला नव्हता.

जवळ जाऊन मी निरखून पाहिले. सगळे यंत्र एका कोरीव महॉगनी टेबलात बसवलेले होते. एका बाजूला असलेल्या आकड्याला रिसीव्हर टांगलेला होता आणि ज्यातून आपण बोलतो तो ट्रान्समीटर, टेबलाच्या मध्यभागी असलेल्या कोरीव हंसाच्या मानेला लावलेला होता. टेबलाच्या मागल्या बाजूला एक लांबडी, अरुंद पेटी होती. सगळी यंत्रे पेटीत होती. एका बाजूला लावलेल्या काचेतून चंदेरी घंटा, मॅग्नेट्स, कॉइल्स आणि तारांचे जाळे दिसत होते.

छे, छे! फारच सुंदर!

◆

आजारी असताना शहाणपणाने वागलो याचे बक्षीस म्हणून वसंत ऋतूच्या सुरुवातीला आजोबांनी मला सायकलीचे प्रदर्शन बघायला म्हणून मेडिसीन चौकात नेले.

त्या काळी सायकलींची फार फॅशन होती. शेकडो माणसे, मुलीबाळी, बायकापोरे सायकलींवरून इकडून तिकडे हिंडत. न्यूयॉर्कमध्ये इतके सायकलस्वार होते की, रविवारी आणि इतर सुट्टीच्या दिवशी सेंट्रल पार्कमध्ये आणि नदीच्या तीरालगत काही रस्ते फक्त सायकलस्वारांसाठीच राखून ठेवलेले असत.

आपल्याला एक सायकल असावी, हे माझे फार दिवसांचे स्वप्न होते. त्यामुळे आजोबांच्याबरोबर प्रदर्शनातून हिंडताना भावी गिऱ्हाइकाच्या बारीक नजरेने मी प्रत्येक मेकची सायकल पाहिली. असे पाहणे ही गोष्ट सोपी नव्हती. शेकड्यांनी सायकली मांडलेल्या होत्या. एक सीटवाल्या, दोन सीटवाल्या, तीन सीटवाल्यासुद्धा आणि नुसत्या सायकलीच नव्हत्या, तर घंटा, सीटा, मुठी, पायटे, हत्यारांच्या पेट्या, टायरे, दिवे – काही रॉकेलवर तर काही गॅसवर.

सगळ्या वस्तू कशा कोऱ्या, चकचकीत होत्या. मला तर सायकलींच्या नंदनवनात आल्यासारखे वाटले. एक-एक मांड बघत आम्ही चाललो होतो. बघता-बघता आम्ही गोंधळून गेलो. गिअरवाली गाडी घ्यावी की चेनवाली घ्यावी? काळ्या रंगापेक्षा निळ्या रंगाची सायकल जास्त सुंदर दिसेल का? दिवा कोणता बरं घ्यावा? समोर एवढे भांडार असल्यावर काय पसंत करावे, याची फार पंचाईत होते.

पण माझा हा गोंधळ एकदम नाहीसा झाला. सायकल घेण्याचे माझे स्वप्न विरघळून गेले.

अगदी समोर हॉलच्या मध्यभागी कट्ट्यावर मांडलेली नवी कोरी मोटारगाडी उभी होती. नवी कोरी आणि शिवाय निळ्या, पांढऱ्या, तांबड्या पताकांनी सजविलेली.

घोड्याशिवाय चालणाऱ्या या गाड्यांबद्दल मी ऐकले होते पुष्कळ. पण ती पाहण्याचा योग आज प्रथम आला होता. गाडी सुरेखच होती. पण दिसायला थोडी चमत्कारिक वाटत होती. घोडागाडी आणि सायकल या दोन्हीच्या मेळातून हिचा जन्म झाला आहे, असे वाटत होते. वर घोडागाडीसारखे आवरण होते. पण चाके मात्र सायकलप्रमाणे धातूचे लहान आरे टाकून बनविलेली होती. वर धावाही रबरीच होत्या. चाकांचा एकमेकांशी संबंध होता. तोही सायकलसारखा साखळीनेच. पण पुढे पितळी दिवा होता, तो मात्र घोडागाडीसारखा. एकूण बघणाऱ्याला ही वस्तू काही और वाटली तरी तिची मोहिनी पडत होती. कारण आता बैठकीखाली दडविलेले गॅस इंजीन, हा सगळा डोलारा ताशी दहा मैल वेगाने पळवील असले भारी होते. चोहो अंगांनी फिरून मी आणि आजोबांनी ही बिनघोड्याची गाडी निरखून पाहिली. चकाकणारे पितळी काम बऱ्याच जागी केलेले होते. हाताने खटका ओढला की, गाडी सुरू व्हावी अशी योजना केलेली होती. ही चीज भारी आहे, हे मला ताबडतोब कळून आले. आपण अशी एक घ्यायचीच म्हणून पैसा-पैसा मागे टाकण्याचा मी निश्चय केला.

खोटे वाटेल, पण त्याच आठवड्यात मी अशी दुसरी गाडी बघितली. प्रदर्शनात नव्हे, फास्सऽ फुस्सऽ करीत, धूर सोडीत हे प्रकरण रस्त्यावरूनच आले. असा काही आवाज होत होता की, जो तो बघू लागला आणि बघता-बघता आम्हाला सगळ्यांना खो-खो हसू आले. देखावाच तसा होता. बापडा आत बसून चालविणारा माणूस काय घाबरला होता. हसता-हसता काही माणसे

ओरडली, "अरे, घोडा आणा घोडा जुंपायला."

या नव्या यंत्राबद्दल जेवढे म्हणून वाचता येईल तेवढे मी वाचले. सन बदलला त्याअगोदर पाच वर्षे फक्त चारच बिनघोडावाल्या गाड्या सगळ्या युनायटेड स्टेट्समध्ये होत्या. सन १९००मध्ये ही संख्या आठ सहस्रांवर गेली आणि पुढे दहाच वर्षांत दोन लक्ष मोटारगाड्या दरसाल तयार होऊ लागल्या. मोटारी बनविणाऱ्या कारखान्यांची संख्या दोनशेवर गेली.

सुरुवातीच्या काळात बहुतेक गाड्या एक सिलिंडरवाल्या होत्या. सात हॉर्स पॉवरच्यावर त्यांची ताकद नव्हती. 'ओल्ड्स मोबाइल' हे असले मॉडेलच सहाशेपन्नास डॉलरला मिळे. पुढे हेच मॉडेल चार सिलिंडरचे आणि अठ्ठावीस हॉर्स पॉवरचे झाले तेव्हा त्याची किंमत झाली दोन सहस्र पाचशे डॉलर. ही गाडी तासाला वीस ते पंचवीस मैल पळे.

'कॅडिलॅक' आणि 'स्टूडबेकर' गाड्याही तयार होत होत्या. वेग दाखविणारे घड्याळ आणि दिवे वगळून या गाड्यांची किंमत तीन सहस्र ते पाच सहस्र डॉलरपर्यंत होती. घड्याळ आणि दिवे यांच्यासाठी जादा पैसे मोजावे लागत. 'नॉर्दर्न' नावाची आणखी एक गाडी मिळे. तिची जाहिरात करताना लिहिलेले असे 'रस्त्यावर जाताना धुरळा आत येणार नाही अशीच एकच एक मोटार!' यात विशेष काय आहे हेच मला कळत नसे. रस्त्यावर धुरळा येणारच. पण मी ही गाडी कधी पाहिलीच नाही. त्यामुळे जाहिरात खरी की खोटी हे मला कळले नाही.

सायकल हे यंत्र कळायला सोपे; कुणाही मुलाला समजते. पण मोटारगाडीचे तसे नाही. आम्ही मुले मोटार समजून घेण्यासाठी धडपडत असू. तो एक नादच झाला होता. आम्ही मोटारवेडे बनलो होतो. माझ्यासारखी अनेक मुले दहा सेंट किमतीची पोस्टाची तिकिटे मोटार कंपनींना पाठवत आणि यंत्राच्या आकृत्यांसह घातलेली माहितीपत्रके मागवत. ही माहितीपत्रके गोळा करून आम्ही वाचत असू आणि फलाण्या गाडीपेक्षा तमकी गाडी जास्त चांगली आहे असा आपसात वाद घालत असू. चेन ड्राइव्ह, गिअर ड्राइव्ह, मॅगनेटो कारब्यूरेटर, कॉम्प्रेशन असल्या वस्तूंसंबंधी आम्ही बोलत असू, आणि या बोलण्यात रंगून जात असू. कुठे रस्त्यावर एखादी मोटार लावून ठेवलेली दिसली की, आम्ही मागून-पुढून तिची पाहणी करून नवे काय आहे, कसे हे पाहत असू. एखादी बंद पडलेली मोटार दिसली रे दिसली, की जाणत्या माणसांचा व पोरांचा गराडा पडे. बंद मोटार दुरुस्त होताना सगळे बघत राहत. मोटारीचे आकर्षण जबरदस्त होते.

मोटार आमच्या जीवनात घुसली ती धमाल उडवीतच. तिच्या आवाजाने घोडे बुजले आणि ही आता फुटून चिंध्या होणार अशी धास्ती वाटणारी माणसेही बुजली. काही लोकांनी या नव्या यंत्राची टर उडविली. काही त्याला हसले. पण काही परिणाम झाला नाही. मोटारीचा प्रसार फार झपाट्याने झाला. आमच्या भाषेत नवे शब्द आले, कितीतरी फ्रेंच शब्द आम्ही बोलू लागलो. 'शोफर, गराज, कुपे, कारब्यूरेटर' हे शब्द सगळे आमचे झाले.

नव्या शतकाच्या सुरुवातीला अमेरिकन जीवनात स्थिर होण्यासाठी मोटारगाडी वेगाने शिरली. काही वर्षांत स्थिरही झाली आणि पुढे काही वर्षांत मोटारगाडी नव्हती तेव्हा जीवन कसे होते, याचा आम्हाला विसरही पडला.

सायकल प्रदर्शन पाहिल्यानंतर बऱ्याच महिन्यांनी मी पहिला चित्रपट पाहिला. उन्हाळच्या दिवसात समुद्रस्नानासाठी मी आणि आजोबा कोनी बेटाकडे गेलो होतो. तेव्हा एका दारूच्या गुत्त्यात हा योग आला. आजोबाच होते म्हणून बरे! आजी बरोबर असती तर मला चित्रपट मुळीच बघायला मिळाला नसता. 'दारू' या विषयाचे आजीला वावडे होते. नाही म्हणायला आमच्या घरी ब्लॅकबेरी ब्रँडीची एक बाटली होती. पण कुणाच्या अतिशय पोटात दुखू लागले, तर उपयोगात आणण्यासाठीच. आता कुटुंब म्हटल्यावर अजीर्ण हे होणारच. आजवर आमच्या घरातील अनेकांना अजीर्ण होऊन पोट हे दुखले असेलच. पण मी चांगला जाणता होईपर्यंत या बाटलीतले औषध फक्त एक इंचभर कमी झाले होते.

छे, आजीचा भलताच विरोध होता. ती बरोबर असती तर गुत्त्याच्या बाजूला आम्ही फिरकणेही शक्य नव्हते. एवढे कशाला ती नव्हती तरी गुत्त्याकडे यायला आजोबा तयार होईनात. पण मी खनपटीच बसलो. चित्रपटाबद्दल आकर्षणही जबदरस्त.

त्याचे असे झाले! आम्ही रस्त्याने चाललो होतो. एका कॅफेशेजारी आलो तेव्हा कॅफेच्या समोरचा भाग झाकून टाकणाऱ्या कनातीखाली वाकून काही पोरे आत पाहत आहेत, असे मला दिसले. आत पियानो वाजतो आहे आणि माणसे हसत आहेत हेही मला ऐकू आले. म्हणजे आत काहीतरी चालले होते. काय ते बघावे म्हणून मीही पोरांशेजारी जाऊन भुईसपाट झालो आणि कनातीखालून बघू लागलो. आत जवळजवळ अंधारच होता. गोल टेबलाशी बसून पुरुष आणि बायामाणसे बिअर पीत होती. पलीकडे असलेल्या भिंतीला लागून सोडलेल्या पांढऱ्या पडद्यावर माणसांची चित्रे हलत होती.

अगदी खरीखुरी माणसेच हलत होती. नाही म्हणायला त्यांच्या हालचाली गचकत-गचकत होत होत्या. पण होईनात का, मोठी गंमत चाललेली होती. पडद्यावरची ही माणसे ठणाठण एकमेकांच्या डोक्यात बाटल्या घालीत होती. एक किरकोळ माणूस एका दांडग्या माणसाच्या तडाख्यातून सुटण्यासाठी धडपडत होता. शेजारीच एक पिसेवाली टोपी घातलेली बाई रडत, हातवारे करीत उभी होती. एवढ्यात तिकडून एक पोलीस आला आणि काय, तोही त्या हाणामारीत सामील झाला. सगळी गंमतच होती. मी बघत राहिलो. हा सगळा गोंधळ अगदी झकास रंगला होता; पण एवढ्यात कुणीतरी माझ्या दंडाला धरून मागे ओढले. आजोबाच!

"हं, चल बघू."

"अहो, अहो आजोबा, तुम्ही पाहिलं नाही काय मज्जा होती! पिक्चर आहे पिक्चर तिथे, आणि विनोदी आहे."

"पिक्चर? विनोदी काय असणार त्यात?"

आत झालेला मोठा हशा नेमका त्याच वेळी ऐकू आला.

"बघा आजोबा, अहो फार गंमत आहे. 'मॅजिक लॅन्टर्न' असतो ना तसं आहे. पण यातली चित्रं हलती आहेत आणि एकमेकांच्या डोक्यावर माणसं बाटल्या फोडताहेत. आणि हे सगळं चाललंय एका पडद्यावर."

लोक एकमेकांच्या डोक्यावर बाटल्या फोडत आहेत आणि हे चित्रात पडद्यावरच्या हलत्या चित्रात दिसते आहे म्हटल्यावर लगेच आजोबांना 'आहे तरी काय बघावे' असे वाटले.

"चल बरं, आत बघू या." असे म्हणून पुढे झालेले आजोबा पुन्हा अडखळले. मला कळले, आजी आडवी आली, "अरे, पण आत कसं जायचं? गुत्ता आहे हा."

माझी फार निराशा झाली. इलाज नव्हता. दारू पिणे हे पाप होते. गुत्त्यात जाणे योग्य नव्हते. आजीला काय वाटेल? आम्ही आपले कनातीबाहेर उभे राहिलो. आत लोक हसत होते. पण आम्हाला तिथे जाता येत नव्हते. आत जाता येत नव्हते आणि जागचे हलूही वाटत नव्हते. दोघेही गप्प उभे राहिलो. पुन्हा एक जोरदार हशा उसळला आणि माझे काम झाले.

'एक ग्लास बिअर घेऊन माणूस काही झिंगत नाही' असे म्हणून आजोबांनी माझ्या हाताला धरले आणि कनातीच्या दारावरचा पडदा बाजूला करून आम्ही आत गेलोही. लगेच गोल टेबलाशी बसलो. आजोबांनी एक बिअर मागविली. मग आम्ही चित्रपट सुरुवातीपासून शेवटपर्यंत बघितला. असे दोनदा बघितल्यावर आमचे समाधान झाले. आता चित्रपटात त्या मारामारीतील गुद्दान् गुद्दा आम्हाला

माहीत झाला. ठोसा कसा बसला आणि तो कसा चुकविला हे नीट माहीत झाले. बाहेर पडल्यावर आजोबा म्हणाले, ''छान होतं पिक्चर. पण या खेळाला फार उचलून धरता कामा नये. लोकांना बिअरचा नाद लागावा म्हणून काढलेली युक्ती आहे ही.''

आजोबांचे काही खरे नव्हते. काही वर्षांतच चित्रपट गुत्त्यातून निघून शहरात आला आणि रिकाम्या दुकानात नांदू लागला. रिकाम्या दुकानांतून घडीच्या खुर्च्या मांडून ठेवलेल्या असत. लोक आवर्जून चित्रपट बघण्यासाठी येत. बिअर ठेवलेलीच नसे. आत जाण्यासाठी फक्त 'एक निकल' फी असे. लवकरच ही चित्रपटाची दुकाने 'निकेलोडन' या नावाने ओळखली जाऊ लागली.

मी, आजोबा, आजी पुष्कळदा निकेलोडनमध्ये जाऊन चित्रपट बघत असू. सगळे लोक जात. ही करमणूक चांगली लोकप्रिय झाली आणि हेही कबूल केले पाहिजे की, चित्रपटाचा दर्जासुद्धा सुधारत गेला. लांबी वाढली. पाठलागाची दृश्ये झकास रंगू लागली. मारामारीसाठी हत्यारे म्हणून बाटल्या, ठोकणी यांच्या जोडीला 'पाय' नावाचा खाद्यपदार्थही आला.

चित्रपटाप्रमाणेच आणखीही एक नवा करमणुकीचा प्रकार आला– 'सफ्रेजेट्स'. सफ्रेजेट्स या बाया होत्या. पुरुषांच्या बरोबरीने राजकीय हक्क स्त्रियांना असलेच पाहिजेत, असा आग्रह असलेल्या बाया. आतापर्यंत बायकांनी नोकरीधंद्यात हलके-हलके शिरकाव करून घेतलाच होता. त्यांची प्रगती सावकाश पण नेमकी होत होती. पुरुषांच्या बरोबरीला त्या आल्याच होत्या. फक्त मतदानाचा हक्क तेवढा अद्याप त्यांना मिळालेला नव्हता.

काही प्रांतांनी स्त्रियांना मतदानाचा हक्क दिला होता. पण आमच्या इथे लोकमत विरुद्ध होते. पुरुष आणि बायकांमधला आणि पुन्हा बायका-बायकांमधला झगडा अनेक वर्षे चाललेला होता. जवळजवळ सगळी पुरुषमंडळी आणि बहुतेक बायका म्हणत की, बायकांना मतदानाचा हक्क पाहिजे. ही ओरड मूर्खपणाची आहे. वरचा वर्ग या चळवळीची चेष्टा करी. अगदी खालचा वर्ग सरळसरळ विरुद्धच होता. मध्यमवर्गांपैकी बरेच लोक म्हणत की, या मागणीत आम्हाला तरी काही रास्त दिसत नाही. पण या प्रत्येक वर्गात थोडे, अगदी थोडे लोक असे होते की, ते या मागणीला पाठिंबा देत आणि स्त्रियांच्या हक्कासाठी नेकीने झगडत.

या बायांनी पूर्वी पन्नास वर्षांपूर्वी सुरू झालेल्या सफ्रेजेट्स चळवळीतल्या बायांशी हातमिळवणी केली. आपले म्हणणे पुढे मांडण्याची एकही संधी या

बाया सोडत नसत. स्पष्टच सांगायचे तर, हा एक तापच होऊन बसला होता. बघावे तेव्हा, बघावे तिथे यांचे काहीतरी चालू असे. कुठे पिकेटिंग कर, कुठे पत्रके वाट, मोर्चे ने, सभा घे, रस्त्यांच्या कोपऱ्यावर उभे राहून व्याख्याने झोड; काही ना काही चालूच.

मी काही वेळा त्यांच्या सभा ऐकत असे. त्यांचे बोलणे मुद्देसूद आणि पटण्यासारखे असे. पण सभेला जमलेले श्रोते ऐकून न घेता हुटाहूट करीत. गमतीची गोष्ट अशी की हुटाहूट करणारे, हुल्लड माजविणारे प्रेक्षक म्हणजेही स्त्रियाच असत.

सगळे या चळवळीच्या विरुद्धच होते. राजकीय पुढारी म्हणत, बायकांचे काम घर सांभाळणे आहे. चर्च म्हणे, स्त्रियांना मतदानाचा हक्क असणे ही गोष्ट नीतिबाह्य आहे. स्त्रियांना हा हक्क मिळाला तर त्यांचे घरसंसारावरचे लक्ष उडेल आणि कुटुंबसंस्थेवर आघात होईल.

पण जग विरुद्ध गेले तरी बायांनी धीर सोडला नाही. त्या झगडत राहिल्या. दरवर्षी लोकांना कळावे म्हणून त्या साउथ ॲव्हेन्यूवरून मिरवणुका काढीत. देखावा मोठा बघण्याजोगा असे. बघ्यांची तुफान गर्दी होई. चळवळीच्या म्होरक्या बाया भाड्याने आणलेल्या घोड्यांवर स्वार होऊन मिरवणुकीच्या आघाडीवर राहत. त्यांच्या मागे स्त्रियांचे पायदळ असे. नाना तऱ्हेचे फलक, निशाणे, खुणा हातात धरून हे पायदळ चालत असे. पण या मिरवणुकीचा खरा बघण्याजोगा भाग म्हणजे भेदरट नवरे, भाऊ, मुलगे आणि मित्र यांचा दटावून आणलेला घोळका; तो पिछाडीला असे.

अशी मिरवणूक आली रे आली की, रस्त्याच्या दुतर्फा उभे राहिलेले बघे, हुर्यो करून अंड्यांचा, भाजीपाल्याचा मारा मिरवणुकीवर करीत. पण बाया लक्ष देत नसत. त्यांचा लढा उच्च ध्येयासाठी होता आणि तो देताना अशा फालतू गोष्टी घडणारच. पण पिछाडीला असलेल्या बाप्यांना ध्येयाबद्दल आस्था नसावी. कारण एकाएकी होणाऱ्या अंड्यांच्या मारामुळे अवसान जाऊन त्यांचा घोळका मिरवणुकीतून बाजूला पळत असे.

ही मंडळी भिऊन पळू लागली म्हणजे सगळ्या जमावाचा अगदी तोल सुटे.

या बाया हक्कासाठी झगडत असताना दुसऱ्या बाया अब्रूरक्षणासाठी झगडत होत्या. विजेच्या शोधामुळे बायकांची अब्रू धोक्यात आली आहे, असे त्यांचे म्हणणे होते. युरोपातल्या कुणा शास्त्रज्ञाने 'एक्स-रे' शोधून काढला होता. ही काही यंत्रे अमेरिकेत आली होती. त्यांच्यावर घेतलेले फोटो वर्तमानपत्रात छापलेले सर्वांनी बघितले होते. 'क्ष' किरणांमुळे 'आतले' दिसते हे माहीत झाले होते.

साहजिकच अशी एक जोरदार अफवा परसली की अशी यंत्रे ज्याच्याकडे आहेत ते लोक खिडकीशी बसून रस्त्यावरून आल्या-गेल्या स्त्रियांची, कपड्याआतली अंगे बघतात हे फार वाईट आहे, स्त्रियांचे रक्षण केले पाहिजे.

आगबंबवाले, पोलीस आमच्या दुकानात येऊन म्हणत, ''छे, छे, विज्ञानानं भलताच टप्पा गाठला.''

''माझं म्हणणं आहे, हा 'क्ष' किरणांचा शोधच मुळी बुडवून टाकावा.''

''अहो, ही काय नीती झाली! या फाजील यंत्रापासून जनतेचं रक्षण केलं पाहिजे.''

मग नवीन प्रकारच्या काचोळ्या बाजारात आल्या. काचोळ्या बनविणारा एक कारखानदार पुढे येऊन म्हणाला की, अमेरिकेतील स्त्रीजातीच्या अब्रूचे रक्षण आम्ही करू. जाहिरात करकरून त्याने एक 'क्ष' किरणालासुद्धा दाद न देणारी काचोळी शोधून काढली. या पद्धतीच्या काचोळ्या घालून बिनधोक रस्त्याने चालावे, 'क्ष' किरणच काय पण आणखी त्यापलीकडचे किरण आले, तरी ते मुळी या काचोळ्यांतून आरपार जाणे शक्यच नाही, अशी हमी या कारखानदाराने दिली.

देशात नवा जमाना सुरू झाला आणि वीज आली. पुष्कळ वर्षांपासून मी बाजारपेठांतून विजेचे दिवे बघत होतो. पण आता घरांतूनसुद्धा वीजबत्त्या आल्या. रस्त्यावरचे दिवे गॅसचे होते आणि रात्रीचे गस्तवाले कंदीलच घेऊन फिरत. तरीसुद्धा काही महत्त्वाच्या चौकांतून वीजबत्त्या लखलखू लागल्या.

आता ट्रामगाड्या विजेवर पळू लागल्या, कोळशावर चालणाऱ्या रेलगाड्यासुद्धा बदलल्या गेल्या. भुयारी रेल्वे सुरू करण्याची कामे चालू झाली. विजेच्या पाळण्यामुळे केवढीही उंच इमारत पटकन चढून जाता येऊ लागले, आणि १९०२ सालात पहिली गगनभेदी इमारत न्यूयॉर्क शहरात बांधण्यात आली. माझ्या आईची कचेरी याच इमारतीत होती. ही बिल्डिंग, रस्ता नंबर तेवीसवर होती.

एका रात्रीत सगळे शहर बदलून गेले आहे, असे वाटावे इतक्या जलदीने हे सगळे घडत होते. सगळ्या शहरात वीज खेळविली गेली. पार्क ॲव्हेन्यूमधल्या वाफेच्या गाड्यासुद्धा गेल्या आणि विजेवर चालणाऱ्या गाड्यांनी त्यांची जागा घेतली.

पार्क ॲव्हेन्यू ही जागा आता गरिबांसाठी राहिलीच नाही. फार स्वच्छ

झाली. जुनेपुराणे लाकडी पूल पाडण्यात आले. सुंदर मोठे रस्ते झाले. फॅक्टरी आणि झोपड्या नाहीशा झाल्या. त्यांच्याजागी उत्तम हॉटेले आणि इमारती, घरे आली. श्रीमंतांची वस्ती झाली.

याच सुमारास डिसेंबर १९०१ला मार्कोनीने आपला पहिला बिनतारी संदेश अटलांटिकपलीकडे पाठविला. ही गोष्ट माझ्या तर कल्पनेच्या झेपेपलीकडची होती. असा संदेश सहस्त्रावधी मैलांवर पोहोचू शकतो, या बातमीने फार खळबळ उडविली. वर्तमानपत्रांनी मार्कोनी आणि त्याचा हा विलक्षण शोध याविषयी अनेक गोष्टी छापल्या. सर्व शहरभर ज्याच्या त्याच्या तोंडी हाच विषय झाला. काही जण म्हणाले की, या शोधाचा फारसा उपयोग होणार नाही. पण लवकरच बिनतारी संदेश पाठविण्याची यंत्रसामुग्री मोठ्या जहाजांवर बसवून घेण्यात आली आणि ही जहाजे जेव्हा एकमेकांशी आणि जमिनीवरच्या लोकांशी बोलू लागली तेव्हा लोकांना कळून आले की, मार्कोनीचा हा शोध फार महत्त्वाचा आहे.

'क्ष' किरण, वीज आणि बिनतारी संदेश पाठविण्याची सोय या सगळ्या गोष्टी मोठ्या होत्या. लहान मुलांच्या अवाक्याबाहेरच्या होत्या. पण लहान बॅटऱ्या, विजेच्या घंटा असल्या बारीकसारीक वस्तू मुलांना हाताळण्यास मिळत. मलाही मिळाल्या.

मग तासन् तास मी प्रयोग करण्यात घालवू लागलो. विजेवर चालणारी, बटण दाबून वाजणारी घंटा मला फार आवडे. तिचा आवाज वेगवेगळ्या तऱ्हेचा निघेल यासाठी मी नाना खटपटी करीत असे. एकामागून एक ठिणग्या पाडून, यामुळे विजेचा येणारा वास घेत असे. सगळ्या घरभर तारा टाकून आपण लांब झोपण्याच्या खोलीत राहायचे आणि दिवाणखान्यातल्या कोचाखाली ठेवलेली घंटी तिथूनच बटण दाबून वाजवायची. घंटा सोडवायची आणि दोन्ही तारा घेऊन त्यांची टोके जिभेला जोडून विजेची खारट चव आणि हुळहुळ घ्यायची, असे नाना खेळ या बॅटरीवर चालणाऱ्या घंटेने मी खेळत असे.

लहान मुले असे खेळ खेळत होती, तेव्हा जाणती मोठी माणसे बॅटरीवर चालणारी कंपनयंत्रे विकत घेऊन संधिवात बरा करण्याची खटपट करीत होती. या यंत्राला धातूंच्या दोन मुठी असत. आशाळभूत रोगी या मुठी हातात दाबून धरी आणि विजेचा प्रवाह शरीरात खेळू देई.

राईनहार्टच्या आजोबांपाशी असलेले हे यंत्र एकवार आम्ही दोघांनी हस्तगत

केले आणि आजूबाजूला कुणी नाही असे बघून स्वतःवर उपचार केले. अंगभर सणसण हातांना बरे वाटले. पण एकदा मी मुठी धरल्यावर राईनहार्टने इतक्या जोराने वीजप्रवाह सुरू केला की, हातात धरलेल्या मुठी मला सोडताच येईनात. मी आपला जागच्या जागी थडथडत उभा राहिलो. राईनहार्टला वाटले की, मी मजा करतोय. तो आपला समोर राहून मला विचारत होता. पण मी बोलतो कसला? गप्पच. जरा वेळाने त्याच्या एकदम ध्यानात आले की, मी बोलत नाही. मग मात्र त्याला वाटले, काहीतरी घोटाळा आहे आणि लगेच त्याने बटण बंद केले.

मला जन्मात कधी संधिवात झाला नाही, याचे कारण एक दिवशीचा हा भयंकर उपचार. संधिवातावर इलाज म्हणून कंपनयंत्रे निघाली होती, तशा इतर काही बारक्यासारक्या करामतीही निघाल्या होत्या. अचल विजेने भारलेले कमरपट्टे मिळत. पोटाला बरे नसल्यावर त्याचा उपयोग होई. बुटांसाठी आतले सोल मिळत. झिंक आणि तांब्याच्या लहान चकत्या या सोलात बसविलेल्या होत्या. माणूस चालायला लागल्यावर सौम्य प्रकारचा वीजप्रवाह सुरू होई आणि त्याने म्हणे सामर्थ्य आणि उत्साह मिळे. विजेचे हे खेळणे नवे होते. पण सगळा वेळ त्याच्याशीच खटपट करण्यात काय अर्थ? आम्हा मुलांना अनेक खेळ होते.

चांगला वारा असलेला दिवस बघून आम्ही सेंट्रल पार्कवर जाऊन पतंग उडवीत असू. खूप मोठी हिरवळीने मऊ झालेली पटांगणे सेंट्रल पार्कमध्ये होती; खुशाल धावावे. पतंगाचा खेळ स्वस्त आणि भरपूर करमणूक करणारा होता. दोन पेनीला एक पतंग मिळे. दहा सेंटचा एक दोऱ्याचा रीळ आणि पतंगाच्या शेपटाला लावण्यासाठी काही जुन्या चिंध्या एवढे साहित्य मिळाले की, पतंग वाटेल तेवढा उंच चढवावा आभाळात! तासन् तास आम्ही पतंग उडविण्यात घालवीत असू. कुणाचा पतंग जास्ती उंच जातो म्हणून चढाओढी लावीत असू. काही मुले खूप मोठे आणि सुरेख रंगारंगाचे पतंग स्वतः तयार करीत.

एकदा एका मुलाने अगदी नव्या धर्तीचा पतंग उडविण्यासाठी आणला. आम्ही सगळी मुले लगेच त्याच्याभोवती गोळा झालो. अनेक प्रश्न विचारू लागलो. हा पतंग कामट्याचा आणि कापडाचा होता. एखाद्या खोक्यासारखा दिसत होता. हा कसा काय वर उडणार असे सगळ्यांना वाटले. पण छान उडाला. शेपटी नव्हती तरी गोते न खाता आभाळात उंच-उंच गेला. एका जागी राहिला. हनुवट्या वर करून आम्ही बघत राहिलो. त्या मुलाने रीळ आमच्या हातात दिले. जो तो दोऱ्याला हात लावून म्हणू लागला, "बाप रे, काय ओढ घेतोय.''

"अरे दोरी तुटणार, पैज?"

एक पोरगा म्हणाला, "आणखी जरा मोठा असता ना तर उडविणाऱ्या पोराला आभाळात नेलं असतं यानं."

आभाळात जाण्याची ही कल्पना सगळ्यांना आवडली. करण्यासारखे धाडस होते. काय करावे, कसे करावे यावर बरीच चर्चा झाली. मग पुष्कळ मुले असले नवे पेटीसारखे पतंग घेऊन उडवू लागली. हे पतंग महाग होते. पन्नास, पंच्याहत्तर सेंट, एक डॉलर एवढी किंमत पडायची. पण मुलांना छंदच लागला होता. मग बोलणी व्हायची की, किती मोठा पतंग केल्यावर तो मुलाला घेऊन उडेल. काहीजणांचे मत होते की, अजून दहापट मोठा पतंग केला तर तो शंभर पौंड वजनाच्या मुलाला घेऊन आभाळात जाईल. उलट काही मुले म्हणत की, हा सगळा मूर्खपणा आहे. कितीही मोठा पतंग केला तरी तो मुलाला कसा घेऊन जाईल?

सगळा मोसम चर्चा करण्यात गेला आणि खरंच एके दिवशी वर्तमानपत्रात आम्ही उडवीत होतो तसल्या पतंगासारख्या दिसणाऱ्या 'ग्लायडर'चा फोटो छापून आला. या पतंगाने माणूस आभाळात गेला होता.

ही बातमी येऊन काही दिवस जातात न जातात तोवर ओहिओमधल्या राइट बंधूंची बातमी छापून आली. सायकल दुरुस्त करणारे हे दोघे भाऊ म्हणे हवेतून सारखे उडत राहील असे गॅस इंजीन लावलेले ग्लायडर बांधत होते.

आम्हा मुलांना ही कल्पना फारच पसंत पडली पण मोठी माणसे म्हणू लागली की हे अति झाले. हे राइट बंधू डोक्याने थोडे ढिलेच दिसतात. गॅस भरलेला फुगा आभाळात जातो हे खरे होते, पण जडशीळ इंजीन आभाळात उडेल कसे?

ओलिअरीबाई म्हणाल्या, "अहो, आभाळातून उडण्यासाठी देवदूताचे पंख मिळवायला केवढी पुण्याई करायला पाहिजे माणसाने! मी सांगते, अशक्य गोष्ट आहे. लोक म्हणताहेत, पण काही होणार नाही."

तो फिडलवाला शुल्ट्झ तर खो-खो हसलाच या वेडेपणाला. हवेतून उडण्याची ईर्षा माणसाच्या मनात उत्पन्न व्हावी हीच गोष्ट त्याला हास्यास्पद वाटली.

"हे बघा, ज्याला हवेत तरंगायचं आहे ना, त्यानं छत्री घेऊन छपरावर चढावं, छत्री उघडावी आणि सरळ खाली उडी ठोकावी. सोपी गोष्ट आहे." असे

म्हणून तो पोट धरून हसला. आपण काय झकास विनोद केला, असे त्याचे त्यालाच वाटले. या दोघांप्रमाणे आणखी बरेच लोक होते. राइट बंधूंच्यावर टीका होत होती. त्यांच्यावतीने कोणी चांगले बोलल्याचे मला तरी आता आठवत नाही. जो तो टर उडवीत होता.

प्रोफेसर न्यूकोम्ब नावाच्या शास्त्रज्ञाने एक लेख प्रसिद्ध केला. गणित मांडून, तर्क लढवून शेवटी आपल्या लेखाने त्याने सिद्ध केले की, आभाळात उड्डाण घेणे माणसाला अशक्य आहे; आणि समजा, घेतले तरी तो खाली उतरू लागला की, तो धोंड्यासारखा आपटेल. तात्पर्य काय, तर असा प्रयत्न करणे मूर्खपणाचे आहे. न्यूकोम्बचे हे म्हणणे ॲडमिरल जॉर्ज मेनव्हिल या यू. एस. नौदलाच्या प्रमुख इंजिनिअरने उचलून धरले.

'नॉर्थ अमेरिकन रिव्ह्यू' या नियतकालिकातल्या आपल्या लेखात त्यांनी ही कल्पना खुळेपणाची कशी आहे, हेच मांडले. खरे म्हणजे सर्वसामान्य जनमत होते त्याला या तज्ज्ञांनी पाठिंबा दिला इतकेच. पुढे राइट बंधूंच्या उड्डाणाचा प्रयत्न जवळजवळ डझन वेळा फसला असे वर्तमानपत्रात प्रसिद्ध झाले, तेव्हा लोकांना बरे वाटले. आम्ही हेच म्हणत होतो.

१९०३च्या हिवाळ्यात एकाएकी बातमी प्रसिद्ध झाली की, राइट बंधूंचे यंत्र आभाळात उडाले आणि लोकांना आश्चर्याचा धक्काच बसला. उत्तर कॅरोलायनात एका समुद्रकिनाऱ्यावर त्यांनी हे यश मिळविले होते. चांगला वाहता वारा असलेले हे ठिकाण त्यांनी मुद्दाम निवडले होते. प्रथम त्यांनी हे यंत्र जमिनीवरून पळविले आणि मग वेग घेऊन ते वाऱ्यावर गेले. पहिल्याच खेपेला ते बारा सेकंद अधांतरी राहिले. मग राइट बंधूंनी पुन:पुन्हा प्रयत्न केला. चौथ्या खेपेला या यंत्राने आठशे बावन्न फूट प्रवास केला आणि एकूण ५९ सेकंद ते अधांतरी राहिले.

हा विज्ञानातील अत्यंत महत्त्वाचा विक्रम झाला. तेव्हा प्रेक्षक म्हणून केवळ मूठभर शेजारीपाजारी हजर होते आणि स्थानिक वर्तमानपत्राचा एकुलता एक प्रतिनिधी. हा प्रयोग फसणारच असे गृहीत धरून चालल्यामुळे देशातील इतर कुणाही वर्तमानपत्राला आपला प्रतिनिधी पाठविण्याची गरज वाटली नाही. साहजिकच काही दिवस ही महत्त्वाची बातमी बाहेर आली नाही.

बरं, अशक्य ते शक्य झाल्यावर तरी लोकांनी बरे बोलावे? उलट लोकांना वाटले, समजा माणूस आभाळात उडाला. काय उपयोग? हे राइट बंधू उगीच वायफळ गोष्ट करीत बसलेत. म्हणजे यश मिळूनही राइट बंधूंच्या वाट्याला चेष्टाच.

पुढे वसंत ऋतूत डेटॉन येथे राइट बंधूंनी पुन्हा यशस्वी उड्डाण केले. या खेपेला ते किती वेळ हवेत तरंगत होते हे मला ठाऊक नाही. पण चेष्टेखोर

लोकांची तोंडे बंद व्हावीत एवढा वेळ निश्चित असावेत. कारण लगेच लोक म्हणू लागले, "वा! राइट बंधूंनी मोठा पराक्रम केला." माणसाच्या अंतराळातील संचाराची सुरुवात या क्षणापासून झाली.

जगबुडी होणार म्हणणारे भविष्यवादी अगदी काहीतरीच बोलत नव्हते. जुने जग बुडालेच आणि नवे उदयाला आले. वैद्यकीय शास्त्रातील प्रगती, वीज, मोटारी, चित्रपट, बिनतारी संदेश, विमान असल्या नव्या गोष्टी त्याने येताना बरोबर आणल्या.

यापुढच्या काळात घर, काव्य, संगीत आणि कला एवढ्यावरच माणूस संतुष्ट राहिना. विज्ञान आणि अर्थशास्त्र यांच्याकडे तो वळला. नव्या आशा जागृत झाल्या. याने आपले जीवन सुखी होणार, असे त्याला वाटले.

जीवनाला नवी गती मिळाली. आम्ही आधुनिक काळात प्रवेश केला. ∎

| तीन |

वसंत ऋतू

दरवर्षी वसंत ऋतूस सुरुवात होई, ती सेन्ट पेट्रिक डेपासून. आयरिश लोक आपला हा उत्सव मोठ्या दणक्याने साजरा करीत. मार्च महिन्यातली झोंबरी थंडी असूनसुद्धा वातावरण कसे उबदार वाटे. आम्ही आयरिश नव्हतो, तरी या दिवसाची वाट पाहत असू. कारण आयरिश लोकांची भलीमोठी मिरवणूक या दिवशी बघायला मिळे. समारंभाची गंमत बघायला मिळे. मोठी मजा असे.

यावर्षी हा दिवस उगवला आणि धांदल सुरू झाली. हिरव्या रंगात 'हार्प'चे चित्र छापलेले बिल्ले घेऊन फेरीवाले ओरडत आले. या दिवशी हे बिल्ले भराभर खपत. आयरिश लोकच घेत असे नाही इतर लोकसुद्धा घेत. सेन्ट पेट्रिकच्या नावाने काही अंगावर ल्यायचे असे.

खऱ्या अर्थाने हिरवे लेत आयरिशच. या दिवशी एकदम हिरवा पोशाख करून हे लोक बाहेर पडत. हिरव्या टोप्या, हिरवे शर्ट, हिरवे कोट, हिरव्या पाटलोणी, हिरवे टाय, हिरवे गळपट्टे, हिरवे हातमोजे. सगळे काही गडद हिरवे असे.

फिफ्थ ॲव्हेन्यूवर दुपारी थोडी लवकरच मिरवणूक निघाली आणि सगळा गाव रस्त्याच्या दुतर्फा जमला. राजकीय पुढारी, गुत्तेवाले, ठेकेदार, मजुरपुढारी, मजूर सगळे आयरिश लोक मिरवणुकीत होते. म्हातारी माणसे आणि शाळकरी मुले-मुलीसुद्धा. मिरवणूक चांगली लांबलचक होती. वाजंत्री वाजत होती आणि मिरवणूक चालली होती. मिरवणुकीतल्या लोकांनी नाना तऱ्हेचे फलक हाती धरलेले होते. एका फलकावर लिहिले होते– 'इंग्लंड, छोड दो आयर्लंड.'

मिरवणूक पायीपायीच होती, पण न्यूयॉर्कमध्ये मोठे म्हणून नावाजलेले आयरिश लोक मात्र घोड्यावर होते. या दिवशी एकाएकी अशा मोठ्या माणसांची संख्या इतकी मोठी होत असे की, गावात तेवढी घोडीच मिळत नसत. मग बरीच मोठी माणसे शेतकामाचे घोडे भाड्याने आणत आणि त्याच्यावर स्वार होत. काय बिघडले? अशा आनंदाच्या प्रसंगी फालतू रिवाज ध्यानी घ्यायचे नसतात.

मिरवणुकीची सुरुवात सकाळी लवकर झाली, मिरवणूक सुरू व्हायला दुपार झाली आणि तिसरा प्रहर झाला तरी मिरवणूक चाललीच होती. थर्ड ॲव्हेन्यूवर आल्यावर ठिकठिकाणी थांबून ताजेतवाने होता येत होते. संध्याकाळपर्यंत गावातील झाडून सगळा आयरिश माणूस थर्ड ॲव्हेन्यूवर गोळा झाला.

पण खरा रंग चढायला वेळ लागतोच. विसावा, गाणी-बजावणी होत-होत रंग चढायचा आणि एकदा चढला म्हणजे मग दंगा उसळायचा.

सुदैवाने थर्ड ॲव्हेन्यूवर चाललेला उत्सवाचा रंग नीट बघता येईल अशी जागा मला मिळाली. आमचे दुकान अगदी मोक्याच्या जागी होते. तिथून प्रसिद्ध दारूगुत्ते दिसत. एकाचे नाव होते 'हेन्सेज' आणि दुसऱ्याचे 'ओटूल्स'.

'हेन्सेज' दारूगुत्त्यांत डब्लिनची पोरे नेहमी येत आणि 'ओटूल्स' गुत्त्यांत दक्षिण आयर्लंडकडची रानदांडगी पोरे येत. डब्लिनमधल्या पोरांना आपण थोडे वरचढ आहोत असे वाटे. तरीसुद्धा ही सगळी पोरे वर्षभर एकमेकांशी अगदी गुण्यागोविंदाने वागत; कारण काहीही झाले तरी सगळे आयरिशच होते, दोस्त होते. ही दोन्हीकडली पोरे एकत्र येऊनही शांततेचा भंग कधी होत नसे. पण सदोदित शांतता तरी काय कामाची? म्हणून प्रत्येक वर्षी 'सेन्ट पेट्रिक डे'ला या दोन्ही गुत्त्यांच्या गिऱ्हाइकांमध्ये कलागत होई.

अर्थात वर्षभर गुण्यागोविंदाने एकत्र नांदणाऱ्या या आयर्लंडच्या सुपुत्रांच्यामध्ये कलागत लावून देणे काही सोपे नव्हते. ते काम अगदी हलक्या हाताने आणि अक्कलहुशारीने वठवावे लागे. या कामी दारू आणि पुरेसा वेळ या दोहोंचा फार उपयोग होई.

गुत्त्यात बसल्या-बसल्या तासामागून तास गेले आणि दोन्ही गुत्त्यांतल्या पोरांना मागली 'साले' आठवली. विरुद्ध पार्टीने कशा शिव्या घातल्या याची आठवण झाली. आपल्यावर अन्याय झाला असे घोकता-घोकता त्यातून सूडाच्या भावनेने उचल घेतली आणि नेमक्या वेळेला दोन्ही गुत्त्यांतल्या पोरांमधून एकेक म्होरक्या खडा झाला. सोपी भाषा वापरून वस्तुस्थितीचे गोंडेदार वर्णन करून त्याने बाकीच्या पोरांना चेव आणला आणि पोरे पेटून उठली. आणखी काही तास गेले, बाटल्या संपल्या. या वेळेपर्यंत 'आपसात इमान आणि विरुद्ध पार्टीचे

नि:संतान', ही गोष्ट म्होरक्याने पोरांच्या मनावर चांगली बिंबवली. लवकरच तो गुप्त बातमी म्हणून सांगू लागला की, रस्त्यापलीकडे त्या पोरांचा कलागत उकरून काढण्याचा बेत आहे. आता कुठल्याही क्षणी आपल्यावर हल्ला होईल.

मग लगेच ठरले की, अमुक-अमुक पोरांनी दोस्तीच्या बहाण्याने शत्रूच्या गोटात जावे आणि संशयित हालचालींची बातमी काढून आणावी. (अर्थात या बातम्या चांगल्या नसत. दोस्तीच्या बहाण्याने गेलेल्या, बातमी काढणाऱ्यांचा हमखास अपमान होई आणि मग आपल्या गुत्त्यांचे नाव राखण्यासाठी झालेल्या अपमानाची परतफेड होई.)

अशी सुरुवात मोठी नम्रतेने झाली. दोन्हीही पार्ट्यांनी ओळखले की, आता ताजी कुमक पाठविण्याची वेळ येऊन ठेपलेली आहे. मग अंगापिंडाने भलेदांडगे असे लोक निवडून शत्रूला तोंड देण्यासाठी आघाडीवर पाठविण्यात आले. या दांडग्यांच्याबरोबर काही लहान पोरेही होती. त्यांचे काम एवढेच की, काय झाले ते बघायचे आणि परत येऊन बातमी द्यायची.

तत्काळ वाईटसाईट शिव्याशापांचा सडा एकमेकांनी एकमेकांवर केला आणि त्यासरशी चेव वाढला. बातम्या पोहोचविणारी पोरे रस्ता ओलांडून इकडून तिकडे, तिकडून इकडे धावू लागली; परस्परांनी एकमेकांवर घेतलेले आळ, उच्चारलेल्या आणाभाका, वर्मी मारलेले शब्दबाण यांचा काय परिणाम झाला, हे ही वर्दी पोहोचवू लागली.

मग ही धावणारी पोरेच एकमेकांवर घसरू लागली, लहानसहान चकमकी झडल्या, थोडकीच पण जलद गुद्दागुद्दी झाली. खरा जोरदार सामना होण्यासाठी अजून बऱ्याच बाटल्या रित्या व्हायच्या होत्या.

अखेर दारूने आणि वेळाने बरोबर काम केले. ओटूल्सवाल्यांनी हेन्सेजवाल्या डब्लिनच्या पोरांवर असा आरोप केला की, 'लेको, तुम्ही इंग्लंडच्या राजाचे बूटचाटे आहात.'

हा भयंकर अपमान होता, वर्मी घाव होता. लगेच हेन्सेजवाल्यांनी उलट घाव घातला, "अरे, तुम्ही उलट्या काळजाचे प्रॉटेस्टंट आहात."

"साफ खोटं आहे –"

लगेच ओटूल्सवाले ओरडले. पण घाव बसलाच होता, जखम झालीच होती. एकदा का जखमा झाल्या की, त्या चिवडून चघळण्याचे काम बहाद्दर निंदकांकडे होते. निंदेवर शिव्यांची भर पडली, क्रोध भडकला आणि प्रत्येक गुत्ता हा रागाने भडकणारी भट्टी बनला.

आता सगळे सैन्य आपापल्या हद्दीत एकत्रित झाले. मग म्होरक्यांनी आरोळी

ठोकली, "अरे, तुम्ही आयर्लंडचे सुपुत्र आहात की दीन भ्याड आहात?" आणि दोन्ही गुत्ते बाहेर रस्त्यावर उसळले.

दोन्ही पार्ट्या झोकांड्या खात एकमेकींच्या रोखाने पुढे होऊ लागल्या; सावकाश, खबरदारी घेत!

"हे आले बघा," म्होरक्या ओरडून म्हणे, "हे आले, काळ्या काळजाचे सैतानपुत्र. यांतला एकसुद्धा 'हिरवी लेणी' ल्यायच्या लायकीचा नाही."

"सैतान होय आम्ही?" विरुद्ध पार्टीचा म्होरक्या उत्तर देई, "बरं-बरं, आहोत. आमच्यातला एकेक जण तुमच्या सात-सात जणांना हाणील."

असे निकराने शब्द निघाले आणि दोन्ही पार्ट्यांनी एकमेकींवर झेप घेतली. हाणामारीला तोंड लागले.

एवढी मोठी हाणामारी व्हावी इतका रस्ता रुंद नव्हता. बाजूचे खांब आडवे आले आणि त्यांनी घनचक्कर हाणामारीला अडथळा आणला. मग लहान-लहान टोळ्या लढू लागल्या. टोळी टोळीला जिंकू लागली, पण आयरिश माणसाला जिंकणे ही तशी सोपी गोष्ट नाही. जे जे खाली फरसबंदीवर पडले, ते ते दोन्ही पायांवर खडे होऊन पुन्हा लढू लागले. मुठी वळवळून, ठोशाला ठोसा लगावून लढू लागले. बराच मार खाऊनही न थकता लढू लागले. खरं तर दोन पायांवर खडे राहावत नव्हते, पण पर्वा नाही.

आणि लढाईची ही बातमी कशी कोण जाणे सगळीकडे पसरली तसे दुसऱ्या गुत्त्यांतून दुसऱ्या आळींतून लोक आले. ही स्वयंसेवक मंडळी आली आणि लढू लागली. आपण कुणाच्या बाजूने लढतोय याची त्यांना चिंता नव्हती. हाणामारीची आवड म्हणून हाणामारी करायची आणि कसे आत शिरावे म्हणून विचार करायला ही काही खासगी हाणामारी नव्हती; सार्वजनिक होती. आगंतुक आला, असे कोण म्हणणार?

मग पोलिसांच्या गाड्या आल्या, पण उशीराच. 'सेन्ट पेट्रिक डे'च्या निमित्ताने पोलिसांनीसुद्धा हिरवे ल्यालेले असे. या दिवशी आयरिश माणसाला पकडणे बरे नाही असे त्यांना वाटे. या तंट्यात ज्यांची जमिनीला पाठ लागली आहे, जे जखमी झाले आहेत, जागचे उठून धडपडत का होईना, पण आपापल्या घरी जाण्याचे त्राण ज्यांना राहिले नाही, अशा लोकांना पोलीस दयाळूपणे गाडीत घालून गेटावर रात्रीच्या रात्र फुकट ठेवून घेत. अंधाऱ्यावेळी अज्ञात शत्रूच्या हल्ल्याने घायाळ झालेल्या देशबांधवांसाठी त्यांना एवढेच करता येई.

ही लढाई होऊन गेली, पडलेली माणसे हलविली गेली म्हणजे दुकानाच्या खिडक्यांच्या फुटलेल्या काचा आणि टोप्या सगळ्या रस्ताभर पसरलेल्या दिसत.

या असल्या दंग्यात आमच्या दुकानांसमोरचा गरीब बापडा लाकडी इंडियन दोन वेळा आपला हात गमावून बसला. मला फार वाईट वाटले. पण आजोबा म्हणाले, "मोडलेला हात आपण दुरुस्त करू आणि आता वसंत ऋतूच आहे, नाहीतरी आपण त्याला पुन्हा रंगविणारच आहोत.''

प्रत्येक वर्षी 'सेन्ट पेट्रिक डे' आला की, हवा उबदार व्हायची. लोकांचे रक्त सळसळायचे. प्रत्येकाला हे करू का ते करू, असे होऊन जायचे. बायकांना वाटायचे, आता साफसफाई केली पाहिजे, दिव्यांची झुंबरे स्वच्छ केली पाहिजेत, दारे-खिडक्यांचे पडदे धुतले पाहिजेत. लोकरी रग झोडपून त्यांना ऊन दिले पाहिजे, कोठीची खोली नीट लावली पाहिजे आणि पहिल्या उन्हाच्या दिवशी साफसफाईला सुरुवात होई.

पिसांचे कुंचे विकणारा माणूस एकाएकी कुठूनसा उगवत असे. 'कुंचे घ्या, कुंचे' असे आरवत तो रस्त्यावरून हिंडे. एखाद्या भल्यामोठ्या पक्ष्यासारखा दिसणारा हा कुंचेवाला नाना तऱ्हेचे, नाना उंचीचे कुंचे घेऊन रस्तोरस्ती हिंडे. त्याचे तोंड, अंग सगळे पिसाच्या कुंच्यांनी झाकलेले असे. काही लांब दांड्याचे कुंचे तर त्याच्या डोक्याच्यावर हात-चार हात उंच दिसत.

बायका या कुंचेवाल्याशी किमतीबाबत घासाघीस करीत. काही जणींना घरातल्या नाजूक दिखाऊ वस्तू झटकण्यासाठी नाजूक कुंचा हवा असे. काही जणींना चांगला दणकट दांडा असलेला झाडू हवा असे आणि काही जणींना तक्तपोशीला केलेले नाजूक नक्षीकाम स्वच्छ करण्यासाठी लांब दांड्याचा कुंचा हवा असे.

या कुंचेवाल्याप्रमाणे उंदरांचे सापळे विकणारे लोकही रस्त्याने हिंडू लागत. तारेच्या सापळ्यांचे ओझे पाठीशी घेऊन आणि अंगावरच्या ओव्हरकोटाला शेकडो चाप लटकावून हे सापळेवाले गल्लोगल्ली हिंडत. कारण साफसफाई चालू झाली म्हणून घरातील उंदीरही साफ केलेच पाहिजेत. जुने कपडे घेणारे येत, कपडे वाळत घालणाऱ्याच्या तारा बदलून देणारे येत. हिवाळ्यात नादुरुस्त झालेल्या तारा हे लोक उंच खांबांवर चढून बदलून देत, कपडे वर चढविण्याची चाके बदलून देत.

वसंत ऋतू आला म्हणजे गृहिणी अशा कामात गुंतून राहत. या असल्या साफसफाईबरोबरच आणखी एक सफाई करावयाची असे. औषधविक्रेते इतके दिवस आपल्या दुकानातील मांडावर असलेली, कोंडमाशाचे तेल, खोकल्यावरचे औषध, पोटिसे असली औषधे बदलून त्या जागी शक्तिवर्धक औषधे ठेवीत. हरेक दुकानावर पाट्या लागत, 'वसंत ऋतू आला, रक्तशुद्धी करा.'

बरे ऊन पडू लागे, तसे आणखी फेरीवाले रस्त्यावर माल विकताना दिसू लागत. सगळ्या हिवाळाभर ही मंडळी कुठे असत कोण जाणे, पण ऊन पडू लागले की, एकाएकी ते चोहीकडे उगवत. नाना रंगाच्या फुलझाडांच्या कुंड्या विकणारे फुलारी गाड्या ढकलीत येत, भांडी दुरुस्त करणारे तांबट येत, छत्र्या दुरुस्त करणारे येत, चाकू-कात्र्यांना धार लावणारे येत, खिडक्या धुणारे येत; अशा लोकांचे पेवच फुटे.

थोडे गरम होऊ लागले की, 'गारेगार'वाल्याची गाडी येई; आपली लहानशी गाडी रस्त्याने ढकलीत-ढकलीत तो येई आणि मोक्याची जागा बघून उभा राही. एकेक दुंडा पैसा घेऊन पोरेटोरे गाडीभोवती गोळा होत. गारेगारवाल्याचे काम चालू होई. बर्फाचा भलामोठा तुकडा घेऊन हा माणूस तो किसणीवर किसे; कागदावर पडलेल्या किसाचा गोळा वळे. गाडीवर मांडलेल्या नाना रंगांच्या बाटल्यांतून थोडा हिरवा पाक, थोडा तांबडा पाक, थोडा नारिंगी पाक या पांढऱ्या थंडगार गोळ्यावर शिंपडे आणि मुलांना देई. हे रंगीत बर्फाचे गोळे खायला मोठे छान लागत, पण ते अगदी भर्रकन खाऊन संपवावे लागत; नाहीतर वितळून जात.

हरेक फेरीवाल्याची आपली अशी खास आरोळी असे. उघड्या खिडकीतून उन्हाबरोबर या आरोळ्याही घरात येत. त्या ऐकण्यात मजा असे.

वसंत ऋतूत बजवय्येही येत, पेटीवर गाणी गाणारे, करुण गीते गाणारे फिरस्ते गायक आणि जर्मन बॅन्डवाले. ध्यानीमनी नसताना एकाएकी वातावरण संगीताने भरून जाई. हे संगीत कानी पडले म्हणजे आम्हाला उन्हाळा आठवे. संगीतसभा आठवत. उन्हाळा आला की, शहरात बॅन्डवादन होत असे.

बॅन्ड ऐकण्यासाठी सेन्ट्रल पार्कवर तुफान गर्दी होई. मी अगदी लवकर जाऊन जागा पटकावत असे. बॅन्डवर वाजलेले संगीत मला फार आवडे. अगदी हळवे आणि वर्णनात्मक असे हे संगीत असे. ते ऐकता-ऐकता मला पाखरांची किलबिल जाणवे, कुजबुजणारा वारा जाणवे, धबधबा पडतो आहे असे वाटे. यशस्वी योद्ध्याचे संचलन चालले आहे, असे वाटे. सेन्ट्रल पार्कमधला बॅन्ड म्हणजे उभ्या शहरातला उत्तम बॅन्ड. पण मी लिटल इटलीत 'ला इटालियन बॅन्ड', ईस्ट साउथ स्ट्रीटजवळच्या पार्कमधला हंगेरियन बॅन्ड आणि यॉर्कव्हिलमधला जर्मन बॅन्डसुद्धा ऐकायला जात असे. उन्हाळ्याच्या दिवसांत बॅन्डवादनाने सगळे न्यूयॉर्क गाजत असे.

पैसा न मोजता ऐकायला मिळे ते एवढे एकच संगीत. साहजिकच सगळे

ऐकायला जमत.

जूनअखेरीला शाळा बंद होत. आम्ही मुले चार जुलैच्या तयारीला लागत असू. वेळ गमावून भागण्यासारखे नसे. एका आठवड्याच्या आत आम्हाला आतषबाजीचे साहित्य आणि होळीसाठी जमवाजमव करायची असे.

त्या काळी न्यूयॉर्कमधल्या हरेक रस्त्यावर होळी असे. राईनहार्ट, मी आणि आमच्या शाळेतली इतर मुले मिळून असा पण करीत असू की, आपल्या आळीची होळी अगदी दणकेबाज झाली पाहिजे.

आम्ही टोळ्याटोळ्यांनी होळीसाठी सामानसुमान गोळी करीत हिंडलो. नजर ठेवायला सोपे म्हणून सगळे सामान आमच्या परसात रचून ठेवले. कधी-कधी एक चांगली ट्रक भरेल एवढे सामान गोळा होई. काही सामान असे अवजड असे की, ते हलवायला आमची सगळी टोळी लागे. वाण्याकडून आम्ही लाकडी पिंपे आणि खोकी गोळा केली. शिवाय घरोघरी मागायची. एका बाईने जुनेपुराणे कपाट दिले. एका ठिकाणी जुना, पायमोडका पियानो मिळाला. आणखी एका ठिकाणी दोन चटया मिळाल्या. भर्रकन पेट घेत म्हणून आमच्या दृष्टीने त्या फार मौल्यवान.

जुन्या खुर्च्या, मेजे, पलंग जे-जे म्हणून जळू शकेल, ते सगळे आम्ही गोळा केले आणि मिळालेली ही लूट जिन्यावरून, रस्त्यावरून ओढत आमच्या परसात आणून रचली. या कामी आम्हाला फार मेहनत पडे. असा एखादा अवजड बोजा ओढण्यासाठी आम्ही झट्या घेताना बघून जाणा-येणारे लोक माना हलवून म्हणत, "तुम्ही पोरं एके दिवशी इमारत पेटवाल आणि मग समाधान होईल तुमचं."

या असल्या बोलण्याकडे आम्ही दुर्लक्ष करीत असू. पण मोठी माणसे होळीला एवढी का भितात हे काही आम्हाला समजत नसे. किती मजा असते होळी बघण्यात. बरे, समजा होळी फार भडकली आणि आवाक्याबाहेर गेली तर बंबवाले आहेतच की. आगीचे बंब काम करताना बघण्यातही मजा असतेच. आमचा विरस करणारे आणखी काही लोक असत, आम्हाला बघून ते म्हणत, "ए पोरांनो, एवढं सुरेख कपाट कुठं नेताय?"

"चूऽ चूऽऽ अरे, काय छान खुर्ची आहे रे ही–"

आणि लहानसहान वस्तू असली, तर ती आमच्या हातून नेण्याचा प्रयत्न ही माणसे करीत. पण आम्ही कसले दाद लागू देतोय! आमची मारामारीलासुद्धा तयारी असे.

चार जुलैची संध्याकाळ आली म्हणजे होळी साजरी करताना आम्ही मुलेच

तेवढी तिथे असू असे नाही. रस्त्याच्या मध्यभागी आम्ही होळी रचायला सुरुवात केली म्हणजे आजूबाजूचे लोक मदतीला येत. स्वातंत्र्यदिन कसा साजरा करावा याचा काही मोठ्या माणसांनाही समज होता. आमच्यात मिळूनमिसळून तेही मेहनत घेत. अवजड सामान स्वत: ओढून आणत. जेव्हा होळी पेट घेई, आम्ही गोळा केलेले सगळे सामान जळून जाई, तेव्हा ही मंडळी आम्हाला हात लावायला परवानगी नाही, अशा नाना वस्तू आणून होळीत टाकत आणि होळी पेटती राही.

आमची होळी बघायला गर्दी होई. कारण आजूबाजूच्या सगळ्या होळ्यांपेक्षा आमची होळी मोठी आणि उत्तम असे. तिने चांगला पेट घेतला आणि ठिणग्यांची बरसात होऊ लागली म्हणजे काय देखावा दिसे! ठिणग्या इमारतीपेक्षा जास्ती उंच उडत.

होळी अशी ऐन भराला आली म्हणजे मग आम्ही आतषबाजी सुरू करीत असू. तांबडे राक्षस, टाइमबाँब आणि भुईनळे यांची एकच गर्दी होई. भुईनळे फरारा उडत तेव्हा गर्दी भराभर मागे हटे; लाल ठिणग्या घराच्या खिडक्यांतून घुसत आणि मोठी मजा येई.

चार जुलैचा दिवस साजरा करण्यात आम्ही मुळीच कसूर करीत नसू आणि मला वाटते, आजूबाजूच्या सगळ्या शेजाऱ्यांचा वेळ मोठा आनंदात जाई; अगदी सगळ्यांचा! नाही म्हणायला, आमचा हा खटाटोप पसंत नसणारे काही लोक असत. काही घरमालक आपल्या तीन मजली घराच्या गच्चीवर पाण्याच्या बादल्या तयार ठेवून असत. न जाणो, ठिणग्या वर आल्या तर? आणि काही तक्रारखोर लोक म्हणत की, 'हे प्रकार कायद्याने बंद केले पाहिजेत.'

एकदा चार जुलैनंतर हॅडले आमच्या दुकानात येऊन म्हणाले, ''या होळ्या दिवसेंदिवस फार मोठ्या होऊ लागल्यात हं! एके दिवशी सगळे शहर पेटवून राख करतील त्या. काल रात्री आगीच्या बंबाला इतकी बोलावणी आली की, त्यांना सगळीकडे जाता आलं नाही. रस्त्यावर होळ्या पेटवायला कायद्याने बंदी केली पाहिजे.''

आणि हॅडले म्हणाले तसे अखेरीस झालेही. वर्षावर्षाला होळ्या मोठ्या होत गेल्या आणि एकाएकी कायदा पास झाला. सगळ्या होळ्यांना बंदी झाली. आम्ही फार नाराजी झालो. पुन्हा म्हटले, हरकत नाही; भुईनळे आणि फटाके तरी आहेत. ते उडवायला काही बंदी नाही.''

दरवर्षी चार जुलैचा समारंभ पार पडला की, न्यूयॉर्कमधल्या लोकांना कडक उन्हाळ्याला तोंड द्यावे लागे. मग लोक खिडक्यांतून उन्हे आत येऊ नयेत म्हणून

झापे बांधून घेत; रोज संध्याकाळी रस्त्याच्या कडेला खुर्च्या टाकून वाऱ्यावर बसत.

एका उन्हाळ्यात आजी मला म्हणाली, "या उन्हाळ्यात आपण दोघांनी मोकळ्या रानात राहायला जायचं."

"कुठे, स्टेटन आयर्लंडवर?"

"नाही." आजी म्हणाली, "अगदी खऱ्याखुऱ्या रानात, डोंगरात."

स्टेटन आयर्लंडपेक्षा खरेखुरे रान आणखी कुठे असणार? हां, डोंगर म्हणजे काही वेगळे असण्याचा संभव होता खरा. मी डोंगराची चित्रे पाहिली होती. स्टेटन आयर्लंडपेक्षा ती वेगळी होती खरी. आजी म्हणे तसे असेलही कदाचित.

काही का असेना, मला ही कल्पना आवडली. एक ट्रंक आणि दोन बॅगा भरायला आजीला मदत केली. करावीच लागली; कारण माझे असे बरेच सामान बरोबर घ्यावे लागणार होते. बॅटरी, माझी ती घंटा, स्क्रू-ड्रायव्हर, पान्हा, बेसबॉल, गोट्या कितीतरी सामान होतं.

वेळेवर सगळी तयारी झाली. ट्रंक पुढे पाठविली होती. एके दिवशी सकाळी लवकर उठून मी आणि आजीने, आई-आजोबांचा निरोप घेतला. दोन बॅगा आणि जेवणाची टोपली घेऊन आम्ही बाहेर पडलो.

ट्रामगाडीत बसून आम्ही बेचाळीस नंबरच्या रस्त्यावर आलो. तिथून ट्राम बदलून 'वेहेकेन फेरी हाउस'ला आलो. तिथून फेरी बोटीने नदी पार करून आम्हाला न्यूजर्सीला सोडले आणि मग रेल्वेचा प्रवास सुरू झाला. आतापर्यंतचा तास, दीड तास प्रवास झाला होता. मी कंटाळून गेलो. आजीला म्हणालो, "किती जायचं आहे अजून? तुझं ते रान लवकर येणार ना?"

"आताशी आपला प्रवास कुठे सुरू झालाय. पुष्कळ जायचं आहे अजून."

आजीचे म्हणणे बरोबर होते. भक्ऽभक्ऽ करीत आमची गाडी हडसन नदीच्या पश्चिम किनाऱ्याने जात होती आणि तासामागून तास चालले होते. बाहेर बघितले तर सगळीकडे रान, रान आणि रानच दिसत होते. इतके मोकळे रान बाहेर असते, हे मला माहीतच नव्हते. हडसन नदी इतकी लांबडी असेल, असेही मला कधी वाटले नव्हते.

मध्ये मध्ये गाडी लहान स्टेशनावर उभी राही. एखादे गाव असे. पण इथला देखावा न्यूयॉर्कपेक्षा अगदी वेगळा होता. मला नवलच वाटे. पाच तासांनी आमची गाडी किंगस्टोन स्टेशनवर आली. आजी म्हणाली की, आता आपण न्यूयॉर्कपासून शंभर मैल आलो आहोत. माझ्या मंतरलेल्या बेटापासून इतक्या दूरवर मी पहिल्यांदाच आलो होतो. मला काही सुख झाले नाही.

इथे आम्ही पुन्हा गाडी बदलली. या गाडीने आम्ही हिरव्यागार डोंगरात आलो. झुकझुक करीत गाडी सावकाश चालली होती. दऱ्या, कडे मागे टाकीत वळणे, वळसे घेत. शेवटी आम्ही फीनीरा नावाच्या गावी पोहोचलो. इथे पुन्हा गाडी बदलली. एक खिंड पार करून हंटर गावी आलो. इथे पोहोचेपर्यंत तिसरा प्रहर झाला होता आणि अजूनही आम्ही मुक्कामावर आलो नव्हतोच. आजी म्हणाली, ''आता अगदी जवळ आलो हं!''

हंटर स्टेशनवर एक छान घोडागाडीवाला आम्हाला मिळाला. धुराळ्याने भरलेल्या रस्त्यावरून त्याने आम्हाला पार डोंगराच्या आत-आत नेले. 'ज्यू एट हाइट्स' नावाची जागा लागली. इथे मुख्य रस्ता सोडून दिला. खळखळाट करीत वाहणाऱ्या ओढ्यावरील मरतुंगडा लोखंडी पूल ओलांडला. जवळजवळ मैलभर चढण पार करून टेकडीवर आलो आणि मग एकदाचे मुक्कामाचे ठिकाण आले. डोंगराचा कुसवा बघून बांधलेले, पांढऱ्या रंगाचे हे एक शेतातील घर होते. चोहोबाजूंनी शेतांनी वेढलेले, आजूबाजूला कुरण असलेले हे घर म्हणजे 'परसन्स बोर्डिंग हाउस' होते. ते पाहताच प्रवासाने आलेला शीण विसरून आम्ही आनंदलो.

शिणलो असूनसुद्धा बोर्डिंगच्या आवारात शिरताच लगोलग ध्यान दिले पाहिजे अशा अनेक वस्तू तिथे मला दिसल्या. सूर्य मावळला होता. अंधार पडायच्या आत माझी ही तपासणी पुरी व्हायला पाहिजे होती. लगोलग इकडे-तिकडे धावून मी पाहता येईल तेवढे पाहून घेतले.

डोंगराच्या बाजूला असलेला मोठा थोरला गोठा मी बघितला. तिथे बांधलेल्या गायी मी मोजल्या. त्या चौदा भरल्या. यापूर्वी कधी इतक्या जवळून मी गाई पाहिल्या नव्हत्या. आतासुद्धा मी आपला अंतर राखूनच होतो. लांबलचक शिंगे, भलीमोठी ओलसर नाके आणि गुलाबी जिभा असलेल्या गायी मोठ्या विलक्षण दिसत होत्या आणि एका बाजूला काही प्रकार चालला होता; काय ते मला नीट कळले नाही. तिथला शेतकरी आणि त्याचे दोन मुलगे स्टुलावर बसून आणि दोन्ही गुडघ्यांत भांडे धरून गायीपासून दूध काढीत होते. हा प्रकार मी पूर्वी कधी पाहिला नव्हता. एकदम दुधाची धार बाहेर पडत होती, भांड्यात वाजत होती. गमतीचा आवाज होत होता. मी बघतच राहिलो. पण मग माझ्याशी कोणी बोलले नाही. आणखी बऱ्याच गोष्टी बघायच्या होत्या म्हणून मी गोठ्यातून हललो.

गोठ्याच्या मागे जरा उंचीवर गवत साठविण्यासाठी जागा होती. तिथेच तबेल्यात शेतकामाचे चार सुरेख घोडे होते. गोठ्यामागल्या बाजूलाच डुकरासाठी

खुराडा होता, त्यात एक भले गलेलठ्ठ डुक्कर आणि लहान-लहान अशी पुष्कळशी पिल्ले चिखलात खुशाल झोपली होती. मी पाहत उभा राहिलो तेव्हा पडल्या पडल्याच मोठ्या डुकराने डोळे उघडून माझ्याकडे पाहिले; पण ते काही जागचे उठले नाही, फक्त एक-दोनदा गुरगुर करून झोपूनच राहिले.

जवळच कोंबड्यासाठी घर होते. त्यात बऱ्याचशा भुऱ्या रंगाच्या कोंबड्या होत्या. मी पळत गेलो तेव्हा कॉक्ऽकार्क्ऽ कॉक्ऽ कॉक्ऽ असा आवाज त्यांनी काढला. पलीकडे छपराखाली एक बग्गी होती आणि एक मोठे यंत्र होते. मी नीट निरखून पाहिले, पण हे यंत्र कसे चालत असेल याचा पत्ता मला लागला नाही. त्याला घोडे जुंपण्यासाठी जुपणी, हाकारणाऱ्याला बसण्यासाठी बैठक आणि खटका, हे मात्र माझ्या ध्यानात आले.

हिंडता-हिंडता घोड्याला पाणी पाजण्याचा लाकडी कुंडही मला दिसला. असले कुंड मी शहरात पुष्कळ पाहिले होते; पण ते लोखंडी किंवा दगडी होते आणि एका वेळी दहा घोडी पाणी पितील एवढे मोठे तर मुळीच नव्हते. घर आणि कुंड यांच्यामध्ये मोठी बाग होती, हिरव्यागार पिकाच्या ओळी होत्या. पीक कसले आहे हे मला कळले नाही, मांडवावर चढलेल्या द्राक्षाच्या वेळीवर मी हिरवे-हिरवे दाणे बघितले.

घराच्या शेजारच्याच झोपडीत पुष्कळ जळण रचून ठेवले होते. स्वयंपाकघराच्या दाराला लागूनच ही जागा होती आणि या दाराशी एक सुरेख कुत्रे झोपले होते. इतके छान कुत्रे मी कधीच पाहिले नव्हते. जवळ जाऊन मी त्याला थोपटले, त्यासरशी त्याने शेपटी हलविली.

इतक्यात एक बाई आल्या, मिसेस परसन्स. त्या म्हणाल्या, ''त्याचं नाव 'रिप' आहे.''

''रिप?''

''हो, तुला डोंगरात राहणारा रिप व्हॅन विंकल माहीत आहे ना? त्याच्यावरूनच नाव ठेवलंय आम्ही.''

कुंभकर्णासारख्या झोपणाऱ्या 'रिप व्हॅन विकंल'ची गोष्ट मी वाचली होती. त्याच डोंगरात आम्ही आता आलो आहोत, हे समजल्यावर मला फार आश्चर्य वाटले. कुत्र्याचे नाव अगदी योग्य होते.

मग मी रिपला पुन्हा थोपटले. छान कुत्रा होता. हे शेतच छान होते. मी आणि आजी अगदी छान ठिकाणी राहायला आलो होतो.

आमच्यासारखेच आणखी काही लोकही इथे येऊन राहिले होते, मुलेही होती. ही मुले आणि मी दिवसभर एकत्र खेळत असू. आम्ही कुरणांतून धावत असू. दगडी

बांधावरून चालत असू. झाडावर चढत असू आणि गवताच्या गंजीवर उड्या मारीत असू. कुरणातून गाई वळण्याच्या कामी रिपलासुद्धा आम्ही मदत करीत असू. गंजी रचू लागत असू. गवताने भरलेल्या उंच गाडीवर बसून शेतातून थेट गोठ्यापर्यंत येत असू. गवताने भरलेल्या डोंगराच्या उतारावरून आम्ही दगड लोटायचो आणि त्याचा कंटाळा आल्यावर स्वत: गडगडत खाली यायचो.

कधी-कधी आम्ही गर्द जंगलात भटकत असू. शेवाळलेले मोठमोठे खडक, फर्न, पाइनसारखी झाडे बघत असू. वर बघितले की, निळ्या आकाशातून पडणारे ऊन, गर्द झाडीतून गाळून ठिपक्याठिपक्यांनी जंगलात उतरलेले दिसे.

आणि रोज रिप पुढे आणि आम्ही मागे असू. त्या मरतुंगड्या पुलाच्या ओढ्यावर पोहायला जात असू. पाणी कसे स्वच्छ आणि थंडगार असे. आम्ही खूप डुंबून परत फिरत असू. येता-येता काही ठरावीक ठिकाणी ठरावीक दोस्तांना भेटण्याचा कार्यक्रम असे.

आमच्या घराशेजारीच शेताच्या कडेला लागून एक थंडगार स्वच्छ झरा होता. या झऱ्याचे पाणी शेताला मिळत असे. झऱ्याच्या तळाशी एक मोठा कल्लेवाला 'ट्राउट' मासा होता. रोज त्या झऱ्यापाशी गोळा होऊन आम्ही झऱ्यावरचे लाकडी झाकण उघडून आमचा हा दोस्त अजून त्या जागी आहे का, हे पाहत असू. आम्ही बघत असताना तो खालून वर येई आणि माशीवर झडप घेई.

खरोखर इथे परसन्स फार्मवर किती अद्भुत गोष्टी होत्या. सगळ्यात विशेष म्हणजे रिप कुत्रा लोणी काढत असे.

स्वयंपाकघराला लागून डेअरी होती. या डेअरीत रिप कुत्रा आठवड्यातून दोन वेळा लोणी तयार करण्याचे काम करी. तो चक्क पाय मशीन चालवायचा. पायटे मारले की, मशीनचे मोठे चाक फिरे. त्याला जोडलेला दट्ट्या खाली-वर होई आणि दूध घुसळले जाई. अशा पद्धतीने लोणी निघायला बराच वेळ लागे. बापड्या रिपला अनेक मैल चालण्याइतके श्रम होत. काम संपे तेव्हा जीभ बाहेर काढून तो धापा टाकीत असे. मला त्याची अगदी दया येई.

रिपला हे काम करताना जेव्हा मी पाहिले तेव्हा माझे डोळेच फाटले. लोणी कसे तयार होते, ते मला मुळीच माहीत नव्हते. न्यूयॉर्कमध्येही कुणाला माहीत नाही अशा समजुतीने मी आईला एक लांबलचक पत्र लिहिले. सगळी हकिकत सविस्तर कळविली. शहरात लोणी दुकानात मिळे. तिथे चाकूने कापून पाहिजे तेवढे

पौंड लोणी देत. पण इथे रानात लोणी हे साईपासून तयार होते आणि ते तयार होण्यासाठी दूध घुसळावे लागते, हे मला नव्यानेच कळले.

एके दिवशी मिस्टर परसन्सना हंटर गावी काही खरेदीसाठी जायचे होते. जाताना त्यांनी आम्हाला बरोबर नेले. मला मोठा आनंद झाला. गळदांडीसाठी दोरा आणि हूक आणायचे होते. त्या मरतुंगडा पूलवाल्या ओढ्यात मी ट्राउट मासे बघितले होते. ते पकडायचे होते.

दुपारी लवकर परत आल्यावर मी माझी गळदांडी तयार केली. ओल्या जागी खणून दानवी काढली. ती ओलसर राहावीत म्हणून एका डबड्यात हिरवे गवत घालून त्यात टाकली आणि ओढ्याकडे गेलो. मासा पकडल्यावर त्याची लांबी मोजण्यासाठी म्हणून खिशात फूटपट्टी घ्यायलाही मी विसरलो नाही. सहा इंचापेक्षा कमी लांबी असणारा ट्राउट पकडणे बेकायदेशीर होते.

बराच वेळ गळ टाकून बसल्यावर मला लहानसा मासा लागला. मोजून बघितला तर तो पावणेसहा इंच भरला. काहीही असले तरी मिळालेला मासा पाण्यात परत कसा टाकावा? तोंड आणि शेपटी धरून मी मासा ताणला आणि कायद्यात बसविला. पळत-पळत घरी आलो.

माझा मासा कायद्यात बसतो, हे परसन्सबाईंनीही मान्य केले. मासा नीट करून त्याला पीठ लावून होईपर्यंत मी स्वयंपाकघरात थांबलो. अजून जेवणाला उशीर होता म्हणून लगेच न तळता बाईंनी मासा ताटलीत घालून दुभत्याच्या गार जागी ठेवला.

काही वेळाने पाहिले तर मासा नाहीसा झाला होता. दुभत्याच्या वासावर आलेल्या मांजराने काटा काढला होता. आम्हाला त्या माशाचे फक्त शेपूट आणि डोके पकडलेले दिसले. मला त्याचे काही वाटले नाही. मासा खाण्यापेक्षा पकडण्यातच खरी मजा होती. दुसऱ्या दिवशी गळदांडी आणि दानवी घेऊन मी पुन्हा ओढ्यावर गेलो. खाली-वर खूप हिंडलो. शेवटी छान जागा मिळाली. ऐसपैस खडकाशेजारी खोल डबके होते. पुष्कळ वेळ बसल्यावर बऱ्याच चिंगळ्या मिळाल्या, पण मला आशा होती मोठ्या माशांची. भलामोठ्ठा कल्लेवाला मासा; तो झऱ्यात होता तसा.

बारीक चिंगळ्यांना लागते तशी भूक माशांनाही लागत असलीच पाहिजे. माझे दानवे खाण्यासाठी ते आलेच पाहिजेत असे मला वाटे; पण बेट्या मोठ्या माशांना भूक लागलीच नाही. माझ्या गळाला लावलेले दानवे लठ्ठ, रसदार असूनही मोठा मासा लागला नाही. सगळे मोठे मासे शहाणे, अनुभवी होते. गळाला वळसा

घालून ते थेट पुढे निघून जात.

मोठा मासा मला कधीच मिळाला नाही. तरी पण ऐसपैस खडकावर, वाहत्या प्रवाहाशेजारी एकटेच बसण्यात मजा होती. खडकावरून वाहणाऱ्या पाण्याचे गाणे ऐकताना आणि ऊन अंगावर घेताना किती सुख वाटे. शिवाय आजूबाजूला किती बघण्याजोगे होते. इथे-तिथे पाण्याच्या पृष्ठभागावर सरसर घसरगुंडी करणाऱ्या पाननिवळ्या दिसत. कुठे रंगीबेरंगी दगड दिसत, नाना तऱ्हेची शेवाळे दिसत. पाण्याच्या तळाशी असलेल्या गारगोट्या, शिरगोळे चमचम चमकत आणि ओढ्याच्या काठाकाठाने किती नाना जातींची गवते, वनस्पती आढळत.

ओढ्याच्या काठी वातावरण कसे शांत असे. एकटे बसून खुशाल वाटेल ती मनोराज्ये करावीत, स्वप्ने पाहावीत, आपल्या हातून पुढे कधी काळी लागणाऱ्या वैज्ञानिक शोधाची, संपत्तीची, अधिकाराची, मोटारीची, बापई झाल्याची, लांबड्या पाटलोणी घालू लागल्याची आणि आपला तोतरेपणा जाऊन नीट बोलता येऊ लागल्याची स्वप्ने मी पाही.

या लांबच्या गोष्टीशिवाय तूर्त जवळ असलेल्या गोष्टीसंबंधीही एकटेच बसून विचार करता येई. खिशातल्या सगळ्या वस्तू काढून खडकावर मांडाव्यात; दोन ढीग करावेत. एक ढीग आपण सांभाळून ठेवायच्या वस्तूंचा आणि दुसरा ढीग देऊन टाकता येण्याजोग्या वस्तूंचा. या वस्तू मुलांना देऊन त्याच्या बदली दुसऱ्या वस्तू मिळविता येण्याजोगे असे.

रंगीत खडू, शिसपेन्सिलीचे तुकडे, रबरे, कागदाला लावायच्या क्लिपा, एवढेच काय, माझा रंगीत शिंपलासुद्धा मी बदलाबदली करेन; पण माझा कंपास, मांजराच्या डोळ्यासारखी दिसणारी गोटी, घोड्याच्या नालाच्या आकाराचा लोहचुंबक, मोठा चाकू, वस्तू मोठी करून दाखविणारे भिंग आणि खिशातला आरसा या वस्तू मी सांभाळून ठेवणार. त्या माझ्या जीवनाला फार उपयोगी होत्या.

'परसन्स बोर्डिंग हाउस'मध्ये आमचा सर्वांचाच काळ फार छान गेला. करण्याजोग्या आणि खाण्याजोग्या किती गोष्टी तिथे होत्या. ताजे दूध आणि लोणी, घरगुती बनावटीचा पाव, अंडी. प्रत्येक रविवारी कोंबडी आणि आइस्क्रीम. या सगळ्या वस्तू विशेष चवदार लागत. कारण त्या बनविण्यात आमचाही भाग होता.

कुरणातून गायी वळवून आणायला आमची मदत असेच. धारा काढतानाही आम्ही जवळ बघत उभे राहत असू. रिप लोणी काढायचा तेही आमच्या देखत, खुराड्यातली अंडी आम्हीच गोळा करत असू आणि रविवारची कोंबडी कापायच्या

वेळी आम्ही बघायला उभे राहतच असू. आइस्क्रीम तयार करण्याच्या कामीही आमचा हात असेच; हँडल फिरविण्याचे काम आळीपाळीने प्रत्येक जण करी.

खरेच शेतावरचे जीवन अगदी आदर्श होते. कधी-कधी मला वाटे की, माझ्या मंतरलेल्या बेटावरच्या जीवनापेक्षा हे जास्त चांगले होते. पण घराकडे असलेल्या सगळ्यांची आठवण आली की मला पटे; आपण खरे न्यूयॉर्कचेच.

काही का असेना, इथे डोंगरात शांत वाटत होते; दिवसा सुरेख ऊन पडे. गंमत घडे. रातकिड्यांची किरकिर वगळली तर रात्र कशी शांत असे. आभाळ शांततेने आणि चांदण्यांनी भरलेले दिसे. इथे रस्त्यावरचा खडखडाट नव्हता; परसात भांडणाऱ्या मांजरांचा गुरगुराट नव्हता.

सगळेच दिवस शांततेत जात असे नाही. आपत्तीही येत; पण त्या लवकर निघून जात आणि फिरून शांतात होई.

एके दिवशी रिप जंगलातून आला, तो सगळे मुस्कट साळिंद्राच्या काट्यांनी माखून. मग परसन्सनी चिमटा घेऊन एकेक काटा उपसून काढला. वाईट वाटत होते, पण दुसरे काय करणार? प्रत्येक काट्याला रिप कळवळायचा, ओरडायचा, पण त्याला ठाऊक होते की, आपल्याला मुद्दाम कोणी दुखवत नाही. त्यामुळे तो पळून गेला नाही.

आम्ही मुले भोवताली उभी राहून बघत होतो. रिपवर आमचा जीव होता; त्यामुळे त्याचे दु:ख बघताना यातना होत होत्या. बरे, रिपएवढे आम्ही शूरही नव्हतो. त्यामुळे रिपचे दु:ख बघूनच आम्ही गळे काढले आणि आमच्या रडण्याने रानातली शांतता घालवून टाकली.

परसन्सबाईंनी हा ओरडागोंधळ स्वयंपाकघरातून ऐकला आणि खाऊने भरलेली ताटली घेऊन त्या बाहेर आल्या. प्रत्येकाने खाऊ घेतला. आमची तोंडे त्याने बंद झाली, पण डोळे पाण्याने वाहातच राहिले. शेवटचा काटा उपटून झाला आणि खाऊ संपला. त्याला दिलेला खाऊ, रिप खाऊ लागला. मग आम्ही हसू लागलो.

एकदा चरायला गेलेली गाय परतच आली नाही. शोधण्यासाठी रिपला धाडला. बराच वेळ तोही आला नाही. पण शेवटी रानातून गाईला पुढे हाकलीत येताना त्याला आम्ही पाहिला. आणखी एके दिवशी आमचे सगळे घोडे रान सोडूनच गेले. त्यांना कुंपणापलीकडे हिरवेगार गवत चरायला सापडले आणि ते खाणे सोडून परत तबेल्याकडे येण्याची त्यांची मुळीच तयारी नव्हती. काढण्या धरून ओढत, खेचत त्यांना आणावे लागले. त्यांची ही बेइमानी बघून आम्ही

रागाने वेडे झालो. बरे, परत आल्यावर तरी गप्प राहावे; एक घोडे सुटले आणि चांदीने भरलेल्या पिपाचे घट्ट झाकण त्याने नाकाने हलवून-हलवून उघडले. ही गोष्ट आमच्या लक्षात येईपर्यंत जवळजवळ निम्मे पिंप त्याने खाऊन रिकामे केले होते.

मग मला समजले की रानात असल्या सतरा भानगडींना तोंड द्यावे लागते. परसन्सनी सांगितले की, एका हिवाळ्यात जंगलातून अस्वल उठले आणि वस्तीकडे आले. त्याची शिकार करावी लागली. मग अस्वलाचे चवदार मांस सगळ्या शेजाऱ्यापाजाऱ्यांसह परसन्सनी खाल्ले. खुराड्यांत शिरून कोंबड्या पळविण्याची खटपट करणाऱ्या रानमांजराची आणि कोल्ह्याची शिकारही काही वेळा करावी लागली.

एकदा परसन्सनी कोंबड्यांच्या पिलांवर टपलेला ससाणा मारलेला मी बघितला. बंदूक घेऊन बाहेर पडताना मी त्यांना पाहिले आणि मागोमाग गेलो. वर तरळणाऱ्या ससाण्याला दिसू नये म्हणून आम्ही झाडाआड लपलो. अर्धा-एक तास ससाण्यावर टपून बसलो. गोल-गोल घिरट्या घेत तो आभाळातून खाली येत होता. शेवटी झपाट्यासरशी तो खाली आला आणि खुराड्यांतली कोंबडी घाबरून चौफेर धावू लागली. नेमकी ही वेळ साधून परसन्स पुढे झाले आणि त्यांनी दुनळीने दोन आवाज टाकले. त्यासरशी ससाणा धपदिशी खाली मरून पडला.

परसन्सनी केलेल्या या बहादुरीचे मला कौतुक वाटले. हातांत भलीमोठी बंदूक घेऊन हा माणूस आपल्या मालमत्तेवर झडप घालणाऱ्या आक्रमकांशी लढा देत होता. या रानात तो धनी होता.

परसन्सकडे बघत उभा असताना मला एकाएकी आमच्या दुकानाची आणि आजोबांची आठवण आली. हातात बंदूक घेऊन आपल्या मालमत्तेचे रक्षण आजोबांना कधीच करता येणार नव्हते. वाटले की नाही? मग उत्तरही सापडले.

हे शेत परसन्सच्या मालकीचे होते. दोनशेपन्नास एकर रान, इमारती, गुरेढोरे, घोडे, यंत्रे, गाड्या, झाडेझुडपे, गवतकाडी, माती सगळे त्यांचे होते. इथले ऊन, वारा, पाऊस सगळे त्यांच्यासाठी होते आणि याउलट न्यूयॉर्कमधल्या आजोबांच्या बंदिस्त दुकानात ऊन येतच नव्हते. आजोबांचे दुकानसुद्धा त्यांचे स्वतःचे नव्हते. इमारत कुणा दुसऱ्याच माणसाच्या मालकीची होती. आजोबांच्यापाशी असलेल्या सगळ्याच वस्तू कुणातरी दुसऱ्याच्या मालकीच्या होत्या. तो सुंदर टेलिफोन! तो काही आमचा नव्हता. टेलिफोन कंपनीचा होता. त्याचे आजोबांना मासिक भाडे भरावे लागे.

मग मी स्वत:चीच समजूत घातली. आमच्याच म्हणता येतील अशासुद्धा वस्तू होत्या. दुकानावरच्या राहत्या जागेतले फर्निचर आमचे होते, तपकिरीच्या बरण्या आमच्या होत्या. हसरा निग्रो पोरगा होता. लाकडी रेड इंडियन होता.

पण परसन्सशी तुलना केल्यावर आयुष्यात अगदी प्रथमच आपण रिते आहोत असे मला वाटले. पायाखालचा आधार ढळल्यासारखे झाले.

पुढे दरवर्षीच्या उन्हाळ्यात मिळून चार-पाच वेळा आम्ही परसन्सच्या शेतावर राहण्यासाठी जात होतो. प्रत्येक वर्षी मी वयाने मोठा-मोठा होत होतो आणि शेवटच्या उन्हाळ्यात न्यूयॉर्कला परत आल्यावर रोज रात्री एकटे जाऊन वर्तमानपत्रांना जाहिराती पोहोचविण्याचे काम मी घेतले.

लांबड्या पाटलोणीचा माझा पहिला सूट मी घातला आणि स्टूव्हेसन्ट हायस्कूलात जाऊ लागलो.

■

| चार |

स्वातंत्र्य

स्टूव्हेसन्ट हायस्कूलमधल्या आमच्या असेंब्ली हॉलमध्ये ध्येयवाक्य कोरलेले होते 'सत्य ओळखा, ते तुम्हाला स्वतंत्र बनवील.'

पुढल्या काळात अमेरिकेने सत्य ओळखले, स्वतंत्र होण्यासाठी आम्हाला त्याचा उपयोग झाला आणि त्यानेच आम्ही बरेच अस्वस्थही झालो.

ही आगामी वर्षे म्हणजे मोठा सामाजिक बदल घडून येण्याचा काळ होता. याच काळात युरोपमधून हजारो लोक वसाहतीसाठी अमेरिकेत आले. अमेरिकेतील थोर नशीबवानाला आव्हान मिळाले. श्रद्धा ढळल्या. कामगारवर्ग संघटित झाला. गरीब-श्रीमंत यांतील विषमता कमी झाली. याच काळात मध्यमवर्ग उदयास आला. या उलथापालथींतून नवा समाज निर्माण झाला. लोकशाही बळावली. अमेरिका अधिक स्वतंत्र झाली.

त्या काळात न्यूयॉर्क बंदर हे स्वातंत्र्याचे प्रवेशद्वार होते. आठवड्या-आठवड्याला बाहेरचे लोक बोटी भरभरून येत. बाजारपेठेत गेलेल्या कुणाही माणसाला ही नवी मंडळी दिसत. पुरुष, बायका, मुलेबाळे – स्वच्छ डोळ्यांची, लखलखीत चेहऱ्यांची, अंगावर रंगीबेरंगी पोशाख घातलेली, भलीमोठी गठळी आणि करंड्या वागविणारी ही माणसे विस्मयचकित नजरेने सगळीकडे बघत असत.

का, ते सांगता येणार नाही. पण कधी-कधी हे लोक बंदरावर उतरत तेव्हा मी मुद्दाम पाहायला जाई. काही जणांना त्यांचे मित्र-नातेवाईक इथे भेटत आणि रडारड होई. काही जणांना या परमुलखात एकटे-एकटे वाटे; ते भ्यालेले पण उत्सुक असे दिसत.

हे लोक उतरले की, गावांतले काही

स्वातंत्र्य । ८३

लोक तिथे असतच. घरकामासाठी नोकर बघायला बायका आलेल्या असत. कंपन्यांचे एजंट लोक कामगार मिळतात का, हे बघण्यासाठी आलेले असत. परदेशी भाषा समितीच्यावतीने आलेले प्रतिनिधी असत. जर्मन समाजातर्फे आपल्या देशबांधवांना मदत आणि मार्गदर्शन करण्यासाठी प्रतिनिधी आलेले असत. स्वीडिश कॉलनीतर्फे प्रतिनिधी आलेले असत. इतर परकीय वसाहतींतर्फेही असेच प्रतिनिधी आलेले असत. रेल्वेमार्गावर पोलादाच्या कारखान्यात, कोळशाच्या खाणीत काम करण्यासाठी धडधाकट, कमी मजुरीवर काम करणारी माणसे मिळतात का, हे बघण्यासाठी कंपन्यांचे एजंट आलेले असत. ते लोकांना लगेच काम द्यायला तयार असत, जाण्यासाठी फुकट वाहन द्यायला तयार असत.

परदेशातून आलेल्या या लोकांपैकी काही लोक अमेरिकेत निरनिराळ्या ठिकाणी वस्ती करून राहिलेल्या आपल्या देशबांधवांकडे जात, काही मोठमोठ्या कारखान्यांतून कामगार म्हणून लागत; पण पुष्कळसे लोक न्यूयॉर्कमध्ये राहणे पसंत करीत. आपले देशबांधव राहत असलेल्या भागात राहणे त्यांना पसंत असे. या पद्धतीने न्यूयॉर्कमधल्या परकीय लोकांच्या वस्त्या बेसुमार वाढल्या, एकमेकींत मिसळू लागल्या. पण त्यामुळे शहराला आणखी रंग आला.

अशी प्रत्येक वस्ती म्हणजे युरोपमधल्या मायदेशाचा भाग झाला. परदेशी भाषांतील वर्तमानपत्रेही निघू लागली. वर्तमानपत्राच्या दुकानात जर्मन, झेक, इटालियन, ग्रीक वर्तमानपत्रे दिसू लागली. दोन जर्मन थिएटर्स, पुष्कळशी ज्यू थिएटर्स, एक इटालियन थिएटर अशी भाषांनुसार थिएटर्सही झाली. चिनी लोकांचे थिएटर लहान पण सोनेरी ड्रॅगनांनी आणि जाळीदार कोरीव कामाने सुंदर सजविलेले होते.

आम्ही न्यूयॉर्कमध्ये राहणारे लोक कधीमधी या परदेशी भागात जाऊन त्यांचे जेवण जेवत असू. पाच सेंटचे तिकीट काढले की, ट्राममध्ये बसून जगातील कोणत्याही देशाच्या विभागात जाता येई. हॉटेले स्वस्त आणि चांगली असत. आम्ही इटालियन स्पगेटी, अर्मेनियन शीग-कबाब, चिनी चॉपसुये आणि हंगेरियन गुलाष खायला शिकलो.

परदेशातून येणारे लोक पाहण्यात, त्यांच्या भागात जाण्यात मजा होती हे खरे. पण असे आपला देश सोडून, आपल्या माहितीचे सगळे सोडून एकाएकी दुसऱ्या अनोळखी देशात येऊन नव्याने जीवनाला सुरुवात करण्याचे धारिष्ट मला झाले असते का, असा विचार माझ्या मनात येई. मला माहीत होते की, हे लोक सगळे सोडून आले आहेत असे वाटते; पण हे 'सगळे' म्हणजे पुष्कळदा जुलूम, निराशा, दारिद्र्य हेच असणार. ते इकडे आले आहेत, ते संधी आणि

स्वातंत्र्य याकरिताच; तरी पण बळ आणि धारिष्ट लागतेच की. ते माझ्यापाशी असेल का, असे मला वाटे. मग मला आजोबांचे स्मरण होई. तेही असेच इकडे आले होते.

"झालं गेलं ते सगळं पॅरिसमध्ये. मी झारच्या तडाख्यातून सुटलो होतो." या वाक्याने नेहमी आजोबा आपली हकीकत सांगत. त्यांचे सांगणे पुढे सुरू होई– "अंगात चांगली ताकद होती तेव्हा. कारखान्यात काम मिळविलं. मिळवायलाच पाहिजे होतं, कारण जवळ पैसे नव्हते. रात्री रशियाची सरहद्द ओलांडून मी पळालो."

आजोबा सांगता-सांगता या जागी आले की, मी विचारी, "आजोबा, एकटेच होतात तुम्ही?"

"नाही, एकटा नव्हतो. पाच जण होतो आम्ही. रात्री जंगलातून वाट काढून सरहद्द ओलांडायला आम्हाला ज्या वाटाड्यानं मदत केली, त्याला आम्ही प्रत्येकाने पंचवीस डॉलर एवढी रक्कम दिली. भलताच पैसा घेतला. तेवढा साठविण्यासाठी मला फार काम करावं लागलं होतं. तेवढेच पैसे होते माझ्यापाशी आणि रशियाची सरहद्द ओलांडून पलीकडे गेलो, तेव्हा माझ्यापाशी एक छदामही नव्हता. पण आनंदात होतो; कारण मी स्वतंत्र झालो होतो. अमेरिकेत येण्याचा माझा मनसुबा होता. पहिली पायरी तर ओलांडली.

मग पोटापाण्यासाठी आपल्याला नाना धंदे कसे करावे लागले आणि हळूहळू आपण पॅरिसमध्ये कसे येऊन दाखल झालो ते आजोबा सांगत, "पॅरिसमध्ये मी पितळ कारखान्यात कामाला लागलो. बरं काम होतं. फार कष्ट नव्हते. रोजगार भरपूर मिळत होता. पोटपाणी भागवून मी अमेरिकेत जाण्यासाठी लागणारा भाडेखर्च शिल्लक टाकला. बाकी भारी कंटाळवाणं काम हो! सगळा दिवसभर साच्यातून निघालेल्या नळाच्या तोट्या कानसत बसावे लागे. एक तोटी झाली की दुसरी, दुसरी झाली की तिसरी; किती त्या तोट्या."

इथे आजोबा थोडे थांबत. मग पुन्हा सुरुवात करीत, "हो, भारी कंटाळवाणं काम होतं. किती दिवस हे निभेल असं मला वाटायचं. पण एके दिवशी सगळं बदललं. त्या दिवशी कामाला आलो आणि मुकादमानं मला खाली मोठ्या खोलीत नेलं. तिथे लाकडी ओट्यावर एक भलीमोठी साच्यातून काढलेली ब्रॉंझ धातूची वस्तू होती. भली आढ्यापर्यंत उंच. आकार-उकार नसलेला ढीग नुसता. पण हे काय आहे म्हणून मी विचारलं नाही. आपलं काम आपल्याला माहीत होतं– कोरा कानसून काढायच्या शिडीवर चढलो आणि वरून खाली काम सुरू केलं."

इथे आजोबा पुन्हा थांबत, "बरेच दिवस मला माहीत नव्हतं की, आपण काम

करतो आहोत, ही वस्तू काय आहे. दोन-तीनदा मुकादमाला विचारलं. पण तो सांगायला तयार नव्हता. म्हणाला, 'हे काम अगदी खास असं आहे आणि त्याच्याविषयी काही बोलण्याला मनाई आहे.' पण मी दिवसामागून दिवस काम करीत राहिलो. नको तो भाग कानसायचा, वाळूचा थर घासून टाकायचा. तोट्या घासण्यापेक्षा निराळे काम मिळाले यावरच मी खूश होतो.

"एके दिवशी वरून काम करता-करता मी तळाशी पोहोचलो. रेती घासून काढता-काढता एकदम मला पायाची बोटे दिसली. मागे सरून मी या साच्यातून काढलेल्या वस्तूकडे ध्यान देऊन पाहिलं. ही वस्तू म्हणजे 'पाय' होता. मी जन्मात कधी बघितला नव्हता एवढा प्रचंड पाय! हा कशासाठी बरे केला असेल? विचार करूनही मला नक्की बोध होईना, तेव्हा मी आपला पुन्हा कामाला लागलो. आता हा आकार म्हणजे पाय आहे, हे कळल्यामुळे माझं कामावर चांगलं लक्ष लागलं. एकेक बोट मी स्वच्छ केलं, एकेक नख नीट कानसलं. अगदी झकास काम केलं. मुकादमसुद्धा तसं म्हणाला. काम चालू असताना मी मनोमनी सारखा विचार करीत होतो की, या असल्या पायाचा उपयोग काय? काय करणार आहेत याचं? पण मला काही अंदाज करता आला नाही."

इथे आजोबा दम घेत, कारण यापुढची हकीकत म्हणजे त्यांच्या गोष्टीतला सर्वोतम भाग होता.

"अच्छा, पायाचं सगळं काम संपल्यावर मी पॅरिस सोडलं, लंडनला गेलो. तिथे जवळजवळ दोन वर्षं काम केल्यावर अमेरिकेला येण्यापुरता पैसा साठला. साउथ हॅम्पटनला मी बोटीवर चढलो आणि प्रवास सुरू झाला. बराच लांबचा, त्रासदायक प्रवास होता. पण त्याचं मला काही वाटलं नाही; अगदी थोड्या दिवसांतच मी अमेरिकेला पोहोचणार होतो.

आणि शेवटी एकदा न्यूयॉर्कच्या बंदराला बोट लागली. स्वातंत्र्यदेवीचा पुतळा दिसला. आणि काय?... तो प्रचंड पाय तिथे होता."

इथे आजोबांची हकीकत समाप्त होई. ते अभिमानानं स्मित करीत आणि म्हणत, "हे सगळं घडलं, ते मी स्वतंत्र होण्यासाठी धडपडत असताना स्वातंत्र्यदेवीच्या पुतळ्याच्या पायाचीच नखं मी कानसून स्वच्छ करीत होतो, आणि मला मात्र त्याचा पत्ता नव्हता."

देशांतर, स्वातंत्र्यदेवीचा पुतळा, धार्मिक आणि राजकीय स्वातंत्र्य ही एक गोष्ट होती. पण संपूर्ण स्वातंत्र्य हे वेगळेच होते. उद्योगधंद्याच्या आकस्मिक वाढीनंतर माणसाला एका वेगळ्या स्वातंत्र्यासाठी लढा द्यावा लागला; हे वेगळे

स्वातंत्र्य म्हणजे 'आर्थिक स्वातंत्र्य'.

नव्या शतकाच्या सुरुवातीला कामगार वर्गातील जागृती आम्ही पाहिली. या काळात माणूस, यंत्र आणि संपत्ती यांच्या परस्परांशी असलेल्या नात्याची जाणीव आम्हाला होऊ लागली, सत्य परिस्थिती समजू लागली; समजलेले सत्य कडू होते. आम्हाला माहीत असलेले शांत जीवन या सत्यामुळे उधसले. त्याने आम्हाला अस्वस्थ केले.

वर्तमानपत्रात त्रासदायक घटनेची बातमी नाही, असा आठवडा जाईना. पिट्सबर्गला संपाचा प्रयत्न, कापडाच्या गिरणीत लहान मुले राबविल्याबद्दल निषेध, कोळशाच्या खाणीतील मजूरवर्गात आणि त्यांच्या कुटुंबांत पसरलेल्या क्षयरोगाबाबतचा वृत्तांत, असले लेख नियमाने प्रसिद्ध होत आणि सगळे वातावरणच दूषित झाले आहे, असे वाटे.

'कामगार', 'भांडवल', 'औद्योगिक क्रांती', 'संप', 'रोजगार' असले शब्द जिथे-तिथे कानी पडू लागले. आमच्या दुकानांतसुद्धा. अर्थातच हॅडले या गृहस्थांना सर्व प्रश्नांबद्दल काही बोलायचे असे. त्यांच्या बोलण्यावर आजोबा असे काही भडकत की, त्या दोघांचे वाद माझ्या कायमचे स्मरणात राहिले. बरे, त्या दोघांची खडाजंगी माझ्या पथ्यावरच पडली. या सर्व प्रश्नांबाबत माझ्या मनात अगत्य निर्माण झाले.

आता मजा अशी की, आजोबा आणि हॅडले या दोघांचे बहुतेक सर्व प्रश्नांबाबत एकमत होई. त्यांच्यात मतभेद होई, तो सुधारणा कोणत्या पद्धतीने व्हावी याबाबतीत. आठ-नऊ वर्षांच्या कोवळ्या मुलांनी कापडाच्या गिरणीत बारा तास मशीनशी काम करणे मुळीच योग्य नाही, हे आजोबांना मान्य होते. याहीपुढे जाऊन ते म्हणत की, अमेरिकेत लहान मुलांकडून असे कामच करून घेऊ नये. कामगार स्त्रियांना संरक्षण देणारा कायदा असावा आणि लायक कामगारांना जीवनमानास आवश्यक इतके वेतन मिळाले पाहिजे, हेही त्यांना मान्य होते. अशा मुद्द्यांवर आजोबांचे आणि हॅडले यांचे एकमत होई. पण उपाययोजनेबाबत त्या दोघांच्यात मतभेद होई. आजोबा म्हणत, "उद्योगपतींना योग्य वेळी या समस्यांचे आकलन होईल, आणि ते आवश्यक त्या सुधारणा करतील."

हॅडले या मुद्द्यावर वाद घालीत. ते म्हणत, "कामगार वर्ग संघटित होऊन त्यांची युनियन झाली तरच धडगत आहे. एरवी हे उद्योगपती जागे व्हायचे नाहीत, त्यांची मने हलायची नाहीत. संपत्तीच्या लोभाने आंधळे झालेले लोक हे! त्यांना काय? संघटनेची शक्ती त्यांना दाखविली पाहिजे. संघटनेशिवाय तरणोपाय

नाही. संघटित होऊनच केवळ भागणार नाही, इंचाइंचावर लढा दिला पाहिजे. फार वर्षं जावी लागतील हे व्हायला.''

आणि काय चालले आहे याची जाणीव आजोबांना व्हावी, म्हणून हॅडलेसाहेब औद्योगिक क्रांतीवर बोलत यंत्राच्या आगमनामुळे कामगार कसा उखडला गेला आहे, त्यामुळे काय समस्या उभ्या राहिल्या आहेत, याचे अत्यंत काळजीपूर्वक विवरण करीत. या समस्या लवकर सुटणाऱ्या नाहीत, कारण इथून पुढे तर यंत्रांना फार महत्त्व येणार आहे, असे सांगत. त्यांच्या मते उद्योगपती लोभी असले तरी त्यांना दोष देता येणार नाही. परिस्थितीचा फायदा कोणीही घेणारच. माणूसस्वभाव जमेला धरला तर मॉर्गन, रॉकफेलर्स, कार्नेजी आणि फ्रिक हे उद्योगपती खुशीने शरणागती पत्करणार नाहीत. कामगारांनी लढा हा दिलाच पाहिजे.

'लढा' हा शब्दप्रयोग आजोबांना पसंत नव्हता. कशाही परिस्थितीत शांतात राखलीच पाहिजे, असे त्यांचे म्हणणे होते.

आता लढ्याबद्दल माझे मत वेगळे होते. शिवाय हॅडले बोलत, त्यापैकी बऱ्याच गोष्टी मला काही वावग्या वाटल्या नाहीत. मी आता कळता झालो होतो, हायस्कूलमध्ये जाऊ लागलो होतो. रोज सकाळी मला आठवण होई की, मला स्वतंत्र करील असे सत्य कुठे तरी दडलेले आहे. त्याचा शोध घेतला पाहिजे. मग मी शोधू लागलो, पुष्कळ वाचन करू लागलो.

लहानपणी मला चित्रांची पुस्तके फार आवडत, डोरीची चित्रे असलेले डान्टेचे 'इनफर्नो' होते, तसली. या पुस्तकातील मजकूर मी कधी वाचला नाही, पण नरकयातनांची चित्रे बघत तासन् तास घालिवले. उलट आता मी पुस्तकांतले शब्द वाचू लागलो. चित्रे असली तरी ती माझ्या कामाची नव्हती. माझ्या वाचनाला पद्धत अशी काही नव्हती. 'हुकु चुचु टोला' असे चाले. हाती पडेल ते सगळे मी वाचून काढी. वर्तमानपत्रे, नियतकालिके, पुस्तके – सगळे!

'काउंट ऑफ मॉन्टे क्रिस्टो' शेवटी तळघरातून कसा निसटला, हे मी वाचले. आणि न्यूयॉर्कमधले घरकामाचे गडी महिन्याला सोळा डॉलर मिळवितात हेही माहीत करून घेतले. डॉन क्विक्झोट आणि यांकी यांच्यासमवेत आपल्या बायकांचे रक्षण करीत आणि पवनचक्क्यांवर हल्ले चढवीत, मी जुन्या स्पेनमधून प्रवास केला. शेरलॉक होम्सबरोबर मी रहस्यभेद केले, आणि जे गुल्ड व जिम फिस्क या दोन करोडपतींनी लबाडी करून सोनेबाजार आपल्या फायद्यासाठी कसा राबविला; आणि त्यामुळे अर्थव्यवस्थेत कशी घबराट निर्माण झाली हेही जाणून घेतले. अमेरिकेतील कामगार आपले कामाचे तास दहा, बारा किंवा जास्त तासांवरून आठ तासांवर आणण्यासाठी मागणी करीत आहेत यासंबंधी मी

वाचन केले. कामगार कामावर असताना झालेल्या अपघाताबद्दल नुकसानभरपाई मिळावी म्हणून काही संघटना झगडत आहेत, यासंबंधीही वाचले. 'ट्रेझर आयलंड', 'डॉक्टर जेकेल अँड हाइड' आणि 'दि कॉल ऑफ वाइल्ड' ही पुस्तकेही मी वाचून काढली. बेकारी भत्ता आणि म्हातारपणाबद्दल पेन्शनची मागणी करणाऱ्या 'एक्सट्रीमिस्ट्स'संबंधी, कामगार संघटना करणाऱ्या 'एजिटेटर्स'संबंधी 'क्रॅकपॉट्स' आणि 'होपलेस आयडियालिस्ट्स'संबंधीही वाचन केले. मी 'डेव्हिड हर्म' वाचले आणि जे. पी. मॉर्गन या माणसाने सिव्हिल वॉरच्या वेळी दोष असलेल्या बंदुका सरकारला विकून नफा कसा मिळविला हेही वाचले.

मी माझ्या कल्पित कथांत सत्यकथा मिसळल्या. सगळ्यांतले थोडेथोडे वाचले आणि तरीही वाचण्याचे पुष्कळ बाकी राहिले. गाजलेल्या अशा जुन्या शेकडो पुस्तकांबरोबरच चालू अस्थिर काळाचे दर्शन घडविणारी रोज नवी-नवी अशी पुस्तके सारखी बाहेर पडत होतीच की. १९०१मध्ये 'हिस्टरी ऑफ टम्मानी हॉल' हे न्यूयॉर्क सिटी पोलीसमधल्या अनाचाराला वाचा फोडणारे गुस्ताव मेयर्सचे पुस्तक प्रसिद्ध झाले.

त्याच वर्षी सॅन फ्रान्सिस्कोमधल्या फ्रॅन्क नोरीस नावाच्या एका तरुण लेखकाने 'दि ऑक्टोपस' हे पुस्तक प्रसिद्ध केले. अमेरिकेतील रेल्वेमार्गांमुळे शेतकऱ्यांची नरडी कशी दाबली जात आहेत, याचा स्फोट या पुस्तकात केला होता. या पुस्तकामुळे रेल्वेची चौकशी सुरू झाली. १९०३मध्ये याच लेखकाने 'दि पिट्' नावाचे पुस्तक लिहिले. शिकागो धान्य-बाजारात चाललेल्या लबाडीचा स्फोट या पुस्तकात केला होता. शिकागो धान्य-बाजाराचीसुद्धा चौकशी सुरू झाली. या चौकशीमुळे मोठी खळबळ उडाली. चौकशीत बाहेर आलेल्या गोष्टीमुळे लोकांत विलक्षण घबराट झाली.

१९०४ साली इडा टरवेल नावाच्या बाईने 'स्टँडर्ड ऑइल कंपनीचा इतिहास' प्रसिद्ध केला. त्यातही कंपनीच्या कारभारात अनाचार कसा आहे, हे तिने लोकांपुढे मांडले. न्यूयॉर्कमधल्या लिंकन स्टीफन्स या तरुण पत्रकाराने 'शेम ऑफ दि सिटीज' हे पुस्तक लिहून सर्व देशभर असलेल्या नगरपालिकांतून कसा भ्रष्टाचार चालला आहे हे दाखवून दिले. १९०६ साली 'द जंगल' या पुस्तकाने सर्वत्र खळबळ उडवून दिली. अॅप्टन सिंक्लेअरने या पुस्तकात शिकागोमधल्या मांसधंद्यात चाललेला भ्रष्टाचार उघड केला होता. लगेच याही प्रकरणाची चौकशी झाली. देशाबाहेरच्या वर्तमानपत्रांतूनसुद्धा या चौकशीच्या बातम्या झळकल्या.

ही सगळीच पुस्तके मी काही वाचली नव्हती, पण त्याच्यासंबंधी वर्तमानपत्रांत

आलेला मजकूर वाचला होता. शिवाय आमच्या दुकानात येणारा प्रत्येक माणूस या पुस्तकांवर चर्चा करी– मिस्टर हॅंडले आणि त्यांच्याबरोबर पोलीस, बंबवाले, इतर गिऱ्हाइकेही. नाना मते मांडली जात, अंत नसलेली चर्चा होई. छापलेल्या शब्दांत केवढे सामर्थ्य असते, याची जाणीव मला आयुष्यात प्रथमच होत होती.

पुढच्या काही वर्षांत आणखी अशी पुस्तके प्रसिद्ध झाली. कथालेखनाने लोकप्रियता मिळविलेल्या जॅक लंडन या लेखकाने १९०७ साली 'दि आयर्न हिल' हे पुस्तक लिहिले. पुढे येणाऱ्या पंचवीस वर्षांत अमेरिका कशी असेल याचे चित्रण त्याने या पुस्तकात केले होते. सगळा देश मक्तेदारीच्या कह्यात गेला आहे, लोकशाही संस्था आणि घटनेने दिलेली स्वातंत्र्ये धुडकावून लावली गेली आहेत; असे हे चित्र होते. या पुस्तकाचा लोकांच्या मनावर फार खोल ठसा उमटला; त्यांना सत्य परिस्थितीची जाणीव झाली. परिस्थिती भीतीदायक होती.

१९१०मध्ये 'हिस्टरी ऑफ दि ग्रेट फॉरच्युन्स' हे पुस्तक प्रसिद्ध झाले. गुस्तोव मेयर्सच्या या पुस्तकाने सेज, व्हॅन्डरबिल्ट फ्रिक, कार्नेजी, हिल या नावांविषयी असलेल्या आदराच्या फाडून टिरगाण्या केल्या. पानापानांतून सत्यकथा देऊन या पुस्तकाने सिद्ध केले होते की अनाचार, बनवाबनवी, बेकायदेशीर कृत्ये, लबाडी केल्यामुळे यांचे नशीब फळफळले होते.

या पुस्तकांबरोबरच इतर पुस्तकेही प्रसिद्ध झाली. पण काळाचे प्रतिबिंब असलेल्या पुस्तकांबद्दलच लोक बोलत. अमेरिकन जीवनाचा एक हिडीस भाग या पुस्तकांनी लोकांना दाखविला होता. आता करोडपतींबद्दल आदर राहिला नव्हता. शंकास्पद मार्गांनी पैसा केलेल्या कॉर्नेजीसारख्या माणसाने 'सार्वजनिक वाचनालया'ला देणगी म्हणून दिली, तर त्या गोष्टीकडे आम्ही संशयाने बघू लागलो. आम्हाला अमेरिका स्वतंत्र झालेली हवी होती. अमेरिकन जनतेची मालकी असलेली अमेरिका आम्हाला हवी होती. मूठभर लबाड लोकांची मालकी असलेली अमेरिका नव्हे.

पुस्तके लिहून अनाचाराला वाचा फोडणाऱ्या या काळात सत्ता हातात ठेवणाऱ्या मोठमोठ्या उद्योगधंद्यांच्या विरुद्ध लोकमत गेले होते. लोक आणि उद्योगधंदे या दोन्हींचे नाते जोडले जाईल, असे काही लोकांना हवे होते. अशा परिस्थितीत मोठ्या उद्योगधंद्यांसंबंधी लोकांच्या मनात असलेला आदर पार नाहीसा झाला. विश्वास उडाला तो उडालाच. मग काही मोठ्या धंदेवाल्यांनी जनता-संपर्क अधिकारी नेमले आणि लोकांचा विश्वास संपादन करण्याचा प्रयत्न केला.

या काळात कामगार अधिक स्पष्टवक्ते बनले. त्यांच्या संघटना निर्माण झाल्या. शक्तिशाली बनत गेल्या. या यंत्रयुगात आपल्याला कुठे जागा आहे, हे

माणूस शोधत होता. उद्योगधंद्यांशी आपले चांगले नाते असावे, अशी त्याची धडपड होती. आर्थिक सत्ता बळकावून बसलेले लोक ती हातची सोडायला तयार नव्हते, त्यामुळे अनेक जोरदार झगडे झाले.

या सगळ्यामुळे आमचे आजोबा मात्र अस्वस्थ झाले होते. त्यांच्या मते अशा चळवळींमुळे समाज बिघडतो. पण मिस्टर हॅडलेंचे मत उलटे होते. ते म्हणत, हे सगळे बऱ्यासाठीच चालले आहे. उद्योगधंदे, यंत्रे वाईट नाहीत; त्यांच्यामुळे माणूस रगडला जाणार नाही, एवढी काळजी मात्र घेतली पाहिजे. माणसांनी जर यंत्रांना आपल्यावर स्वार होऊ दिले, तर भाषणस्वातंत्र्य, धर्मस्वातंत्र्य, लेखनस्वातंत्र्य यांचा उपयोग काय?

आजोबांना हे बोलणे मुळीच पसंत नव्हते, पण मला मात्र मिस्टर हॅडलेचे म्हणणे पटे. कारण पुष्कळशा गोष्टी मी वाचल्या होत्या. शिवाय अगदी आमच्याच शेजारी स्वातंत्र्य गमावून बसलेली दोन माणसे माझ्या पाहण्यात आली. हे घडले ते आजोबांच्या पायामुळे.

आजोबांच्या तळव्यांना कुरपे झाली होती. पावलांवर सूज आली होती. त्याचा त्यांना फार त्रास होई. काही ठरावीक दिवसांत त्यांचे पाय फार दुखत. लोकरी सपाता घालून दुकानात वावरावे लागे.

एके दिवशी सहज ते म्हणाले, ''मला वाटते, रस्त्यापलीकडच्या त्या शिलरकडून बऱ्यापैकी एक बूटजोडी मला बांधून घेतली पाहिजे.''

यावर आजी त्यांना काही बोलली नाही, पण माझ्यापाशी म्हणाली, ''आपण फार श्रीमंत आहोत, असं तुझ्या आजोबांना वाटतं. बूटजोडी बांधून घ्यायला गेले तर सात डॉलर पडतात, तीच तयार घेतली तर दोन पन्नासला मिळते.''

अशा रीतीने तिने आजोबांचा बेत हाणून पाडला. याचा परिणाम असा झाला की, पावसाळा आला तेव्हा पाय दुखतात म्हणून आजोबा वरचेवर तक्रार करू लागले आणि खरंच त्यांचे पाय फार दुखत होते. मग आजीने घातलेला अडसर तिनेच काढला. आजोबांच्या बरोबर मी मिस्टर शिलरकडे गेलो. तीच त्यांची माझी ओळख. माणूस पिकलेल्या केसांचा होता. त्यांचे हात भलेमोठे आणि गाठाळलेले होते. त्यांच्या बोलण्यात जर्मन हेल होता. एकावन्न नंबर रस्त्याच्या कोपऱ्यावर एका तळघरात त्यांचे दुकान होते. या अंधाऱ्या दुकानाला एक खिडकी होती. वरच्या रस्त्यावर असलेल्या जाळीतून उजेड येई. पायऱ्यांवर लावून ठेवलेला सोनेरी बूट जर तिथे नसता, तर थर्ड अॅव्हेन्यूवरून जाणाऱ्या-येणाऱ्या लोकांना इथे खाली तळघरात बुटांचे दुकान आहे, हे मुळीच समजले नसते.

शिलरनी आजोबांचे पाय लक्षपूर्वक तपासले. कुठे कुरपे आहेत, कुठे सूज आहे

हे नीट पाहिले. मग आपली खतावणी उघडून जमिनीवर ठेवली. एका-एका पानावर पाय देऊन आजोबांना उभे केले आणि दोन्ही पावलांचे ठसे आखून घेतले. नंतर मोजपट्टीने पायांच्या वेगवेगळ्या भागांची मापे घेतली. लाकडी स्क्वेअरने मापे घेऊन कुठली उंची किती आहे, हे पाहिले. ही सगळी मापे त्यांनी आपल्या खतावणीत नोंदून ठेवली.

आजोबांना आता जायला हरकत नव्हती. बघायला थांबलो तर चालेल का, असे मी शिलरना विचारले आणि थांबलो. शिलरनी लाकडी साच्याने एक जोडी घेतली आणि हुबेहूब आजोबांच्या पावलांप्रमाणे साचे करायला सुरुवात केली. धारदार चाकूने नको तो भाग त्यांनी तासून काढला, काही जागी कातडी तुकडे लावून भर केली. पुष्कळ त्रास घेऊन त्यांनी दोन्ही साचे तयार केले. बराच वेळ लागला. सगळी दुपार या कामात गेली. दुसऱ्या दिवशी काम बरोबर झाले आहे की नाही, हे तपासण्यासाठी आजोबांना बोलावले होते. फारसा फेरबदल करण्याची काही जरुरीच नव्हती.

पुढे काही दिवस शिलरचे काम पाहत मी तासन् तास घालविले.

"का हो मिस्टर शिलर, हल्ली बूट बांधून घेणारी गिऱ्हाइके कमी झालीत, होय ना?"

"हां, आता सगळं काम यंत्रावर होऊ लागलंय, बोस्टनला."

"मोठा धंदा आहे का, हा बूट तयार करण्याचा?"

"आता वाढलाय. पूर्वी बूट बांधण्याचं काम हातानं होई. आता यंत्रावर भराभर तयार होता. बोस्टनमधल्या काही फॅक्टऱ्यांतून मिनिटाला एक बूटजोडी बनते म्हणे."

"इतके बूट तयार होतात, तर मग न्यूयॉर्कमधल्या प्रत्येक माणसाला एक बूटजोडी मिळाली पाहिजे."

"हो, असं वाटतं."

"पण पुष्कळ लोकांना पायांत घालायला बूट नसतात. सकाळी लवकर उठून कामगार कामाला जाताना मी बघतो. त्यांनी पायाला गोणपाट गुंडाळलेलं असतं."

"न्यूयॉर्कलाच हे आहे असं नाही, सगळीकडे आहे. जगात सगळीकडे तुला हे दिसेल."

आजोबांचे बूट वेळेवर मिळाले. मिस्टर शिरलना ते तयार करण्यासाठी जवळजवळ आठवडा लागला होता आणि हे बूट आम्हाला सात डॉलरला पडले. पण उत्तम बूट होते. आजोबा आनंदी मुद्रेने म्हणाले, "मी ढगावरून

चालतोय.'' हे भक्कम बूट आजोबांनी पुढे वर्षानुवर्षे वापरले. दोन-तीन वेळा दुरुस्त करून घेतले, तरी ते वापरायला वाईट नाही झाले.

बूट बांधण्याचे काम संपले तरी मी शिलरकडे जात राहिलो. बाकाच्या बाजूला बसून मी त्यांचे काम बघत राही. आरीने कातडे कोरून त्याला आकार देण्याचे हे काम बघण्याजोगे असे. टाके घालण्याचे कामसुद्धा बघण्याजोगे असे. शिवणाचा दोरा मेण लावलेला असे. त्याचे टोक ओवायला मिळावे, म्हणून चांगला राठ केस दोऱ्याच्या टोकाला जोडलेला असे. मांजराच्या मिशीसारखा लांब आणि तारेसारखा राठ. कातड्याला टोच्याने पाडलेल्या भोकांतून दोरा ओवायला या केसाचा उपयोग होई.

शिलरकडे जाऊन त्यांचे काम बघत बसणे मला फार आवडे. त्यांच्या दुकानाला येणारा कातड्याचा, खळीचा वास आवडे. दुकानातले शेल्फ लाकडी साच्यांनी भरलेले असत. प्रत्येक साच्याला गिऱ्हाइकाच्या नावाची चिठ्ठी दोऱ्याने बांधलेली असे. खिळे, हातोडे, पावलांच्या आकृत्यांनी भरलेली खतावणी-बुके, हे सगळे मला आवडे. स्वतः शिलर आवडत. तासन् तास त्यांचे कसब बघत मी बसून राही.

ते म्हणत, ''मी चांभार नाही. बूट तयार करणारा कारागीर आहे.''

त्यांचे शिक्षण युरोपमध्ये झाले होते. आपल्या धंद्याचा त्यांना फार अभिमान होता. पण काळानुसार त्यांचा धंदा खालावला होता; आता पुष्कळसे काम येई ते दुरुस्तीचेच. शिलरना त्यात कमीपणा वाटे; पण जे थोडेफार चांगले काम मिळे त्यात ते आनंद मानत.

कधी-कधी बेढब पायाचा माणूस तळघराच्या पायऱ्या उतरून येई आणि बूटजोडी बांधा म्हणे. अशा गिऱ्हाइकाचे काम करण्यात शिलरना आनंद होई.

एकीकडे हात चालत, दुसरीकडे तोंड चाले. जर्मनीमधल्या आपल्या बाळपणीच्या कितीतरी आठवणी त्यांनी मला सांगितल्या. या आठवणी सांगता-सांगता ते हसत, मीही हसे.

एके दिवशी त्यांनी मला कैसरच्या वेळी आपल्याला मिलिटरीत नोकरी कशी करावी लागली ते सांगितले, ''मी एकटाच नव्हतो. सगळ्यांनाच भरती व्हावे लागे. तुम्हा अमेरिकेतल्या लोकांना ते माहीत नाही. जर्मनीतच काय युरोपमधल्या सगळ्या झार देशात मुलगा ठरावीक वयाचा झाला की, त्यानं मिलिटरीत भरती झालंच पाहिजे.''

''किती वर्षं?''

''तीन.''

"मग तुम्हाला पसंत नव्हतं?"

"हॅट." शिलर ओरडले.

आणि हातांतला हातोडा त्यांनी असा जोराने आदळला की, त्याचा दांडाच मोडला.

हळूहळू मला कळले की, मिलिटरीच्या नोकरीचा त्यांच्या मनावर फार परिणाम झाला आहे. सैनिकांची सगळी जात आणि सैन्यातले अधिकारी यांच्याबद्दल ते फार तिटकाऱ्याने बोलत. पुन:पुन्हा म्हणत, "साध्या शिपायांना तिथे डुकरापेक्षा जास्त वाईट वागवितात."

"बरं मग ही नोकरी पुरी झाल्यावर तुम्ही काय केलं?"

"मग मी स्वतंत्र होतो. जवळ होते नव्हते ते सगळे पैसे खर्चून, हॅम्बर्गला गेलो आणि अमेरिकेचं तिकीट काढलं. जातो म्हणून सांगायला घरीसुद्धा गेलो नाही. म्हणालो, तुम्ही आणि तुमचा कैसर."

मिस्टर शिलर भलतेच रागाने बोलत. कैसरबद्दलसुद्धा. का ते मला कळावयाचे नाही. मी म्हणे, "पण कैसर भला माणूस आहे."

"भला माणूस! हे वर्तमानपत्रांत वाचावं. डुक्कर आहे डुक्कर."

मला धक्काच बसला. एखाद्या राज्यकर्त्याविषयी इतक्या अनादराने कोणी बोलताना मी प्रथमच ऐकत होतो. एखादा बूट बनविणारा आपल्या धंद्यात चांगला वाकबगार असला, तरी त्याला मुकुटधारी राज्यकर्त्याला अशा शिव्या देण्याचा हक्क असतो का, हे मला ठाऊक नव्हते.

"तुला ते कळायचे नाही. तू अमेरिकन मुलगा आहेस. माझ्या देशात कुणाला स्वातंत्र्य नाही; वाटतं ते बोलता येत नाही तिथे. प्रत्येकाची नोंद असते, मोजदाद असते. पोलिसांना, मिलिटरीला तुमच्याबद्दल सगळी माहिती असते. आणि तुमचा बाप अमुक होता, म्हणून तुम्ही अमुक असलं पाहिजे. शेतकऱ्याच्या पोटी जन्माला आलात ना, शेतकरी व्हा. तुमची आहे ही स्थिती कायम; तिच्यात सुधारणा अशक्य. आणि तुमची स्थिती कशीही असली तरी तुमच्यावर मालकी कैसरची. स्वातंत्र्य मुळीच नाही."

राग नाहीसा झाला तसे मिस्टर शिलर अमेरिकेसंबंधी बोलू लागले. काम खूप करावं लागत असलं तरी त्यांना इथे मनासारखे वागता येत होते. पाहिजे तिथे जावे, वाटेल ते बोलावे. कुणी त्रास दिला नव्हता. योग्य वेळी त्यांना इथे लहानसे दुकानही थाटता आले होते, चांगले गिऱ्हाईक मिळाले होते. मिस्टर शिलरनी बांधलेले बूट सगळ्या न्यूयॉर्कमध्ये उत्तम होते.

मिस्टर शिलर असे एखादे दिवशीच बोलत. एरवी वेगवेगळ्या विषयांवर

बोलत. कधी माणूस आणि जीवनमूल्ये यावर बोलत. रोजच्या जीवनासंबंधी बोलत, माणसामाणसांतल्या नात्यासंबंधी बोलत. फार अवघड विषयांवर ते अगदी सोप्या शब्दांत बोलत. अशिक्षित असूनही त्यांना पुष्कळ समजत होते. फक्त एक गोष्ट त्यांना समजत नव्हती, मलाही त्यांच्या प्रश्नाचे उत्तर माहीत नव्हते. त्यांना समजत नव्हते की, त्यांच्यासारख्या कसबी कामसू माणसाची पिळवणूक बोस्टनमधल्या फॅक्टऱ्या का करतात? आपल्याला या असल्या एकच खिडकी असलेल्या तळघरात का राहावे लागते?

"शिक्षा झालेला कैदी असल्यासारखे वाटतं मला, पण तरीही मी स्वतंत्र आहे."

तळघरातच दुकान घालून असलेल्या आणखी एका कसबी माणसाची ओळख होईपर्यंत मी शिलरकडे जात होतो. हा माणूस इंग्लिश होता, आणि त्याचे नाव होते मिस्टर कॉर्बेट.

शिलर आणि कॉर्बेट या दोघा दुकानदारांच्यामध्ये पुष्कळ साम्य होते आणि तरीही ते वेगवेगळे होते. दोघेही तरुणवयात अमेरिकेस आले होते. एके काळी या दोघा कसबी कारागिरांना भाव होता आणि आता मात्र ते बाजूला पडले होते. शिलरना यंत्रामुळे बाजूला पडावे लागले होते आणि कॉर्बेटना आपल्या वयामुळे. शिलरची जागा यंत्राने घेतली होती. आणि 'स्टाइनवे पियानो फॅक्टरी'त अनेक वर्षे काम केल्यानंतर वयाला पन्नास वर्षे झाली, म्हणून कॉर्बेटना काढून टाकून त्यांची जागा एका तरुण माणसाला देण्यात आली होती.

शिलरप्रमाणे कॉर्बेट बोलके नव्हते. जेव्हा बोलत तेव्हाही कल्पकता, तत्त्वज्ञान अशा गोष्टींचा त्यांना गंध नाही असे दिसे. पण माणूस दयाळू होता; मैत्रीला चांगला होता. लाकडाच्या वेगवेगळ्या जाती आणि त्यांचे उपयोग याविषयी त्यांनी मला कितीतरी माहिती दिली. केवळ वासावरून नवे तोडलेले लाकूड कसे ओळखावे हे शिकविले. आपली सगळी हत्यारे आणि त्यांचा उपयोग मला समजावून दिला. रंधा मारताना, तक्ते तयार करताना, जोडकाम करताना मला तासन् तास बघत बसू दिले. कॉर्बेटच्या रंध्याचा, हातोडीचा आवाज ऐकताना सुख होई; पण हे आवाज नेहमी-नेहमी ऐकायला मिळत नसत.

कॉर्बेटना फार थोडे काम मिळे. कॉर्बेटच्या दुकानात बसून मला सुतारकामाबद्दल बरेच कळले. मिस्टर शिलरप्रमाणेच कॉर्बेटही बदलत्या काळाचे बळी आहेत, हेही कळले. ही केवळ दोन माणसे होती. असे इतर अनेक जण अमेरिकेत आले असतील. जिच्या शोधासाठी ते इथे आले, ती संधी त्यांना दिसली न दिसली तोवर काढून घेतली गेली असेल.

आपोआप संपण्याच्या अगोदरच ज्यांचे प्राण विझविले गेलेत, स्मशानभूमी नेमस्त न होताच ज्यांना आपली प्रेते उचलून चालावे लागत आहे, अशा या लोकांचा विचार येताच माझे मन व्यथित होई.

पण मिस्टर शिलर, कॉर्बेट आणि इतर हजारो लोक यांची ही स्थिती कुणाच्याच ध्यानात येत नव्हती असे नाही. वॉशिंग्टनमध्ये थिओडोर रुझवेल्ट प्रेसिडेन्ट होते. हे गृहस्थ बुद्धिमान होते. अमेरिकेपुढील समस्या त्यांना माहीत होत्या; ते काही इलाज करीत होते.

रुझवेल्ट प्रेसिडेन्ट झाले ते योगायोगाने. स्पॅनिश-अमेरिकन युद्ध गाजवून परत आल्यावर १८९८ साली न्यूयॉर्क स्टेटचे ते गव्हर्नर म्हणून निवडले गेले; पण सहा महिनेच त्यांनी काम केले. राजकारणातील बड्या धेंडांना रुझवेल्ट हे प्रामाणिक आणि हट्टी वाटले. ते कुणाकडून हुकूम घेत नसत; आपण काम करणार ते लोककल्याणासाठीच असा त्यांचा आग्रह होता. साहजिकच बड्या धेंडांनी ठरविले की, त्यांचा 'राजकीय खून' करायचा. मग त्यांनी व्हाइस प्रेसिडेन्ट म्हणून रुझवेल्टना मॅकिन्लेबरोबर नेमून घेतले. व्हाइस प्रेसिडेन्ट केल्यामुळे रुझवेल्टच्या हाती काही अधिकार राहणार नाही आणि आपल्याला हवे ते कायदेकानून पास करून घेण्यात त्यांचा अडथळाही येणार नाही, असा त्यांचा डाव होता.

अशा तऱ्हेने एकोणिसाव्या शतकाच्या सुरुवातीला थिओडोर रुझवेल्ट व्हाइस प्रेसिडेन्ट झाले, पण नंतर सहा महिन्यांनी बफेलो येथे प्रेसिडेन्ट मॅकिन्लेचा खून झाला आणि रुझवेल्ट युनायटेड स्टेट्सचे प्रेसिडेन्ट झाले. या वेळी त्यांचे वय बेचाळीस वर्षांचे होते.

प्रेसिडेन्ट रुझवेल्ट हे मोहक व्यक्तिमत्वाचे आणि उदंड ताकदीचे गृहस्थ होते. त्यांच्यापाशी उत्साह होता. लढा देण्याची त्यांना आवडच होती. सर्वसामान्य अमेरिकन माणसाच्या हक्कासाठी सुरुवातीपासून त्यांनी लढा दिला. ते लहान लोकांचे 'उस्ताद' बनले. लोकांनी अगदी सुरुवातीपासून त्यांच्यावर विश्वास टाकला; हा माणूस आपला आहे, हे त्यांना माहीत होते.

सामाजिक सुधारणा ही अमेरिकेची वाढती गरज आहे, हे थिओडोर रुझवेल्टनी पुरेपूर ओळखले. मोठे उद्योगधंदे, उद्योगपती आणि इतर करोडपती गुन्हेगार यांच्यावर दोषारोप करताना ते अगदी तुटून पडत.

काँग्रेसला दिलेल्या आपल्या पहिल्या संदेशात त्यांनी कामगारांची स्थिती सुधारण्यासाठी त्यांना हक्क मिळावेत या गोष्टीचा कैवार घेतला आणि जनहिताविरुद्ध

असलेल्या कॉर्पोरेशनना जोरदार तंबी दिली. हा पहिला सलामीचा तडाखा होता आणि त्या क्षणापासून सुधारणेविषयीची त्यांची जिद्द मंद झाली नाही. अमेरिकेतील मोठे उद्योगधंदे नामशेष व्हावेत, करावेत असा त्यांचा हेतू नव्हता; तर सर्व देशाला त्यांना फायद्यासाठी फक्त शिस्तीत आणावयाचे होते. कारण रुझवेल्टना स्वच्छ दिसत होते की, हे जर झाले नाही, तर उद्योगधंदे स्वत: नामशेष होतीलच; पण आपल्याबरोबर अमेरिकेलाही नामशेष करतील.

बेंड फोडणारे वाङ्मय प्रसिद्ध होण्याची जी लाट उसळली होती, तिने प्रेसिडेन्ट रुझवेल्टना राजकीय सुधारणेची प्रेरणा दिली. यू.एस. स्टील कॉर्पोरेशन, दि युनायटेड स्टॅन्डर्ड ऑइल कंपनी, कोळसा खाणी, रेल्वे-रस्ते, मांसधंदे आणि इतर भानगडखोर यांच्यावर रुझवेल्टने खटले भरले. चौकशा केल्या. एकटी स्टँडर्ड ऑइल कंपनी घेतली, तर तिला २९,०००,००० डॉलर्स दंड झाला.

प्रेसिडेन्टनी आहुती टाकून प्रदीप्त केलेला हा 'दंडयज्ञ' पुरा पेटला आणि देशातले अनेक जण अस्वस्थ झाले. वाममार्गाने मिळालेल्या सत्तेपैकी एक तनसडीसुद्धा देण्याची या लोकांची तयारी नव्हती. पावलापावलांवर त्यांनी रुझवेल्टशी लढा दिला. त्यांची बदनामी केली, पण अमेरिकन जनतेचे ते 'टेढी रुझवेल्ट'च राहिले आणि १९०४मध्ये पुन्हा प्रचंड बहुमताने प्रेसिडेन्ट म्हणून निवडले गेले.

प्रेसिडेन्ट रुझवेल्ट यांच्या कारकिर्दीत देशाची नीतिमत्ता बळावली. लोकांना ते हवे होते. उद्योगधंदेवाले फार मोकळे सुटले होते. लोकांचे हित पाहण्यासाठी सरकारला हस्तक्षेप करणे भाग पडले. 'दि शेरमन ॲन्टीट्रस्ट ॲक्ट' अमलात आला. निर्भेळ खाद्यपदार्थ आणि औषधे यासंबंधीचा कायदा पास झाला. फसवी लेबले डकवून भेसळयुक्त खाद्यपदार्थांचे बंद डबे विकण्यास कंपन्यांना आता मुभा नव्हती. मांसविक्रेते, औषधे तयार करणारे कारखाने यांनाही सक्त कायदेकानून लागू करण्यात आले. वाईट मांस आणि खोटी औषधे बाजारपेठेत येणार नाहीत, असा बंदोबस्त झाला. दिशाभूल करणाऱ्या जाहिराती छापणे, हा गुन्हा मानला गेला.

एकूण हा काळ मोठा उलाढालींचा होता. काय चालले आहे, हे समजण्याइतपत मी कळता झालेलो होतो. सत्य काय हे बऱ्याच प्रमाणात मला समजले.

पण घडत असलेल्या गोष्टींचा खराखुरा अर्थ आणि महत्त्व कळून येण्यास आणखी काही काळ जावा लागला. इतिहास निकोप करणाऱ्या या घटना घडत असताना त्यांचे महत्त्व आम्हाला कळले नाही. आपल्या काळात घडून येणाऱ्या

बदलाचा अर्थ समजण्यासाठी द्रष्टेपणा लागतो. आमच्यापैकी बहुतेक जणांना या बदलाची पुरेशी जाणीवच नव्हती.

हा काळ किती महत्त्वाचा होता, हे पुढे कळून आले. सर्वसामान्य अमेरिकन माणसाचे पाऊल पुढे पडले होते, ते याच काळात. त्यांच्यावतीने सरकार धावून आले. संरक्षक कायदेकानून झाले; हक्कांचे संरक्षण झाले ते याच काळात. सर्वसामान्य माणूस खरा स्वतंत्र झाला. हे मिळालेले स्वातंत्र्य पुन्हा त्याने कधीही गमावले नाही आणि लोकशाही बळकट बनली.

■

। पाच ।

धडाभर अनुभव

हायस्कूल शिक्षणाच्या माझ्या चार वर्षांच्या काळात थिओडोर रुझवेल्ट व्हाइट हाउसमध्ये होते आणि त्यांनी आपल्या धडाक्याने सर्व देश हलविला होता. जग हलविणाऱ्या या घटनांबद्दल मला आस्था होतीच. पण त्याशिवाय आणखीही गोष्टी होत्या, माझ्या-माझ्या अशा खासगी गोष्टी!

बीजगणित, भूमिती, जर्मन भाषा असल्या कठीण विषयांचा अभ्यास करीत असताना संगीत आणि अभिनय शिकणे, नाटक पाहणे, शर्यतींतून भाग घेणे अशा गोष्टींतही मी गुंतलो होतो. यांपैकी काही विषयांत मला चांगली गती होती. खरंच मी तीन पदके पटकावली होती. या तिन्हींपैकी दोन ब्रॉंझची होती. पण एक चक्क चांदीचे होते. ब्रॉंझची पदके मिळाली– उंच उडी आणि धावण्याच्या शर्यतीत आणि चांदीचे पदक मिळाले हायस्कूलमधील माझ्या शेवटच्या वर्षी 'न्यूयॉर्क टाइम्स'कडून.

माझ्या धावण्याचा नाद पुष्कळ जुना होता. स्पेन-अमेरिका युद्ध सुरू झाले त्याअगोदरपासून मी धावत होतो. युद्धकाळामध्ये मिलिटरीत काम मिळावे, म्हणून धावण्याचा चांगला सराव मी ठेवला होता. त्या मिशावाल्या रंगरूट हापिसरने मला आणि राईनहार्टला भरती करून घेतले असते, तर मी खात्रीने त्याच वेळी पदक मिळविले असते.

पुढच्या काळातही पळण्याचा सराव अधूनमधून करीत होतोच. सेंट्रल पार्कमध्ये जाऊन इतर पोरांबरोबर मी हा सराव करीत होतो. पण आम्ही सगळेच पळण्याच्या कलेत शिकाऊ उमेदवार राहिलो. प्रावीण्यपदक आमच्यासाठी नव्हतेच. कधी शर्यती झाल्या

धडाभर अनुभव । ९९

नाहीत; पदके मिळाली नाहीत. मी सराव केला होता, पण त्याचा उपयोग काय? मग मी नाउमेद झालो. आपल्याला संधी अशी कधी मिळणारच नाही, असे वाटू लागले. पण हायस्कूलमध्ये गेलो त्याच दिवशी माझे स्वप्न साकार होण्याची लक्षणे दिसू लागली.

'स्टूव्हेसन्ट' हे हायस्कूल नव्यानेच सुरू झालेले होते. इमारतसुद्धा नवी कोरी होती. हस्तव्यवसायाचे शिक्षण देणारे असे, हे पहिलेच हायस्कूल आमच्या गावात सुरू होत होते. इंजिनिअरिंग, सायन्स या विषयांमध्ये विद्यार्थ्यांची तयारी करून घेण्याचे काम हे हायस्कूल करी. केमिस्ट्री, फिजिक्स आणि हस्तव्यवसायाचे विशेष शिक्षणही मिळे. पटावर नावे दाखल करण्यात आमचा वर्ग दुसरा होता. आम्ही मुले पहिल्या दिवशी शाळेला आलो, तेव्हा इमारतीचे बांधकाम अद्याप पुरे झालेले नव्हते. सामानसुमानाने भरलेली खोकी आणि कामगार लोक जिथे-तिथे दिसत होते.

पोरांच्या एका घोळक्यात शिरून मी सगळीकडे हिंडलो. खोल्यांमागून खोल्या पालथ्या घातल्या. इमारत सुरेख होती. वेगवेगळे वर्ग भरण्यासाठी खोल्या होत्याच. त्याशिवाय फिजिक्स आणि केमिस्ट्रीसाठी लॅबोरेटरीही होत्या. सुतारकामासाठी वेगळी खोली होती. मशीन शॉप होते आणि लोहारकाम करण्यासाठी जवळजवळ तीस-एक भट्ट्या असलेली खोलीही होती. सगळ्यात महत्त्वाची गोष्ट म्हणजे पळण्याचा सराव करण्यासाठी बांधलेली धाव. माझ्या माहितीप्रमाणे अशी आवारात केलेली सोय दुसरीकडे कोठे नव्हती. पळणाराचे पाय घसरू नयेत म्हणून या सगळ्या धावेवर जाड किंतान अंथरलेले होते. वळणाच्या जागा कठडे घालून आखल्या होत्या. ही धाव बघताच माझे पाय शिवशिवू लागले. असे वाटले की, ही असली धाव मिळाल्यावर कुणीही विजेच्या चपळाईने पळेल. मग तिथल्या तिथे मी ठरवून टाकले, या विषयांत आपण विशेष प्रावीण्य मिळविणारच.

दुसऱ्या दिवशी शाळेला येताना मी माझी पळायच्या वेळी घालण्याची चड्डी आणि बूट घेऊनच आलो. व्यायामशिक्षक म्हणून काम करणाऱ्या हॉल्टन सरांना भेटलो. सर फार छान होते. त्यांना माझे म्हणणे पटले. आम्ही थोडा वेळ चर्चा केली. सरांनी ठरवून टाकले की, एकशेदहा पाउंड वजनवाल्या मुलांच्या टीममध्ये हा पोरगा घालून टाकावयाचा.

अशी सुरुवात झाली. बीजगणितातील पहिले उदाहरण सोडविण्याअगोदर जर्मन भाषेतील पहिला धडा शिकण्याअगोदर 'इव्हॅनो' पुस्तकातील पहिले प्रकरण शिकण्याअगोदर मी आपला धावण्याच्या शर्यतीत भाग घेण्याच्या मागे लागलो.

माझी हुशारी डोक्याऐवजी पायांत होती. या टीममध्ये शिरकाव होणे, ही सोपी गोष्ट नव्हती. फक्त उत्तम धावू शकणारीच मुले निवडली जात आणि निवडीअगोदर होणाऱ्या चढाओढीत इतर अनेक पोरांना मागे टाकून नंबर मिळवावा लागे. पण मी निश्चय केला होता. आयुष्यात पहिल्यानेच माझ्या पळण्याच्या नादाला काही हेतू प्राप्त झाला होता. धावऱ्या टीममधला होतो, म्हणून माझ्या निळ्या शर्टावर आता एस.एच.एस. ही तांबड्या रंगातील अक्षरे येणार होती. आंतरशालेय सामन्यांत आमच्या हायस्कूलतर्फे मला भाग घ्यायला मिळणार होता.

हिवाळ्यात शाळेच्या धावेवरच आम्ही पळण्याचा सराव चालू ठेवला. वसंत ऋतूत मात्र जवळच्या पार्कमध्ये जाऊन त्याभोवतालच्या वाटेने पळणे सुरू ठेवले. हॉस्टन सर फार चांगले शिकवीत. फार काळजीपूर्वक त्यांनी आमची तयारी करून घेतली. त्यांनी सांगितले ते आम्ही अगदी लक्षपूर्वक ऐकले, दिलेल्या सूचना पाळण्याची कोशिस केली. त्यांनी आम्हाला दौड-चाल दाखविली, पळण्याच्या कलेतील शैली दाखविली आणि आमच्यात पुष्कळच सुधारणा झाली. पुढे वेळोवेळी आंतरशालेय सामन्यांत आमच्यापैकी काही मुलांनी पहिली पदके जिंकली. पहिल्या वर्षीच त्या सालच्या मोठ्या मेळाव्यात माझ्या टीमने तिसरा नंबर पटकावला. मला माझे पहिले ब्रॉंझचे पदक मिळाले.

या विजयाचा मला विशेष अभिमान वाटला. असा हुरूप आला की, लगेच लांब उडीच्या शर्यतीत भाग घेण्याचे मी ठरवून टाकले. थोडाफार सराव केला आणि शर्यतीसाठी नाव देऊनही टाकले. या शर्यतीत मला दुसरे ब्रॉंझ पदक मिळाले. मला फार आनंद झाला. अभ्यासाच्या पुस्तकांतील 'इव्हॅनो आणि रोवेना' या जोडीचे काय झाले, याची मी बिलकूल काळजी केली नाही.

पळण्याखालोखाल मला नाद होता नाटकाचा. खिशात पंचवीस सेंट साठले रे साठले की, मी ब्रॉडवे थिएटरकडे पळे. तिथे वेळेवर पोहोचण्यासाठी शाळेचा एखादा तास बुडवावा लागे. पण एक-अर्ध्या तासाने असे काय मोठे नुकसान होणार होते?

ब्रॉडवेला जाऊन बसले की, आपली दुपार मजेत जाणार याची मला अगदी खात्रीच असे. इतर नव्वद थिएटर्स सोडून मी ब्रॉडवेच पसंत करी. लहरीनुसार पसंती व्हावयाची. गंभीर, भडक नाट्य असलेली, गोड शेवट असलेली अशी सगळ्या तऱ्हेची नाटके पाहायला मिळत. संगीतप्रधान नाटके, तमाशे, निरनिराळे नाट्यमय प्रसंग आणि संगीत यांचा गोपाळकाला असलेले खेळसुद्धा होत. मला

खरेखुरे नाटक आणि गोपाळकाला खेळ जास्त पसंत असे.

शेक्सपीअर, शेरिडन, इब्सेन, ऑस्कर वाइल्ड आणि पिनेरो यांनी लिहिलेली नाटके मी पाहिली. 'अंकल टॉम्स केबिन', 'दि काउन्ट ऑफ मॉन्टे क्रिस्टो' यांचे रंगभूमीवरील प्रयोग मी पाहिले. 'नेली दि ब्युटिफुल क्लोक मॉडेल' हे भडक नाटक पाहिले. 'माय अमेरिकन कझिन'सारखी सुखान्तिका पाहिली. (हे नाटक पाहत बसले असतानाच लिंकनला विश्वासघाताने ठार मारण्यात आले होते.) या प्रत्येक खेळांत काही अविस्मरणीय असे प्रसंग होते.

नाटके मला विलक्षण आवडत; त्यांतील खरेखुरे जीवनदर्शन, संघर्ष, मानसन्मान, वक्तृत्व यांचे मला विलक्षण आकर्षण वाटे. शिवाय किती वेगवेगळ्या लोकांबरोबर मला वावरायला मिळे. वस्तुत: मी कुठल्याकुठे उंच, थिएटरच्या छतावर काढलेल्या देवदूतांपाशी बसलेला असे. चित्त वेधून घेणारी पात्रे फार लांब स्टेजवर असत. पण पहिला पडदा वर गेला की, आमच्यामधील अंतर नाहीसे होई आणि बघता-बघता मी प्राचीन डेन्मार्कमधील एल्सीनॉर या गावी सर जॉनस्टोनबरोबर हिंडू लागे. अशा पद्धतीने मी नॉर्वे, फ्रान्स आणि इंग्लंडला गेलो, किल्ल्यांना भेटी दिल्या, दिवाणखान्यात चहापार्टी घेतली, रणांगणावर लढलो, अनोळखी शेजघरात डोकावलो, तळघरात पडून हाल सोसले. सारा बनहार्ट, जॉन ड्यू, मिसेस पेट्रिस कँपबेल, ई. एच. सोदर, मिसेस फिस्क, मॉड ॲडॅम्स, रॉबर्ट मॉन्टेल, ओटिस स्किनर, तरणी इथेल बॅरिमूर आणि तिचे भाऊ लायनेल आणि जॉन या लोकांच्याबरोबर हिंडून मी या सर्व जागा पाहिल्या.

प्रहसने पाहूनच लिलिअन रसेल, वेबअर आणि फील्ड्स, मॉन्टगोमरी आणि स्टोन, विल रॉजर्स, सोफिया टकर, रॉक आणि फुलटन, जॉर्ज एम. कोहेन, हुडिनी, डब्ल्यू. सी. फील्ड्स हे प्रसिद्ध लोक मला माहीत झाले. हे सगळे लोक माझे दोस्त होते. ते मला ओळखत नव्हते, पण मी त्यांना ओळखत होतो. मित्रत्वाच्या नात्यानेच मी त्यांना पाहून टाळ्या पिटीत होतो. त्यांची वाहवा करीत होतो.

या प्रहसनांतच मी पहिल्याने जादूचे तुफानी खेळ पाहिले. प्रसिद्ध कसरतीचे खेळ पाहिले, सायकल कसरती पाहिल्या. नृत्ये पाहिली. व्हेस्टा व्हिक्टोरिया या इंग्लिश नटीचे गाणे– 'देअर वॉज आय, वेटिंग ॲट दि चर्च' मी पहिल्याने ऐकले ते प्रहसनांतच. हॅरी लॉडरने हायलंडर लोकांचा घागरा घालून म्हटलेली त्यांची ती प्रसिद्ध स्कॉटिश गीतेही मी इथेच ऐकली. विल रॉजर्सने केलेले खेळ, फील्ड्सचा बिलियर्ड टेबलाशी बसून केलेला खेळ, जॉर्ज कोहेन, त्याचा बाप, आई, बहीण यांनी सादर केलेला नृत्याचा कार्यक्रम हे सगळे मी इथेच पाहिले.

असली प्रहसने फार लोकप्रिय होती. प्रहसनाचे खेळ लावणारी शहरातील चार-पाच थिएटर्स उत्साही प्रेक्षकांनी सतत भरलेली असायची. हा प्रेक्षकवर्ग मोठा चोखंदळ होता. चांगले कोणते हे त्यांना माहीत होते. उत्तम तेवढेच त्यांना पाहिजे असे. एखाद्याचे काम मनासारखे झाले नाही की, हे प्रेक्षक त्याची हुटाहूट करीत. आणि आपल्या आवडत्या नटांना ज्या नंबराने ते प्रसिद्ध होते, ते नंबर दिल्याशिवाय रंगमंच सोडून देत नसत. प्रहसनांत करमणूक अगदी चोख असे, एक प्रवेश झाला की लगेच दुसरा. यामध्ये क्षणाचाही विलंब नाही आणि प्रत्येक नटाला रंगमंचावर आल्या-आल्या प्रेक्षकांच्या मनाची पकड घ्यावी लागे. लहान-सहान प्रवेश असत; एक प्रवेश दहा ते पंधरा मिनिटांचा. रेंगाळण्याइतपत वेळच नसे. प्रत्येक वेळ म्हणजे जोरदार हल्ला असे; तो झटपट येई, झटपट संपून जाई.

याला पुरे पडतील असे फार नट नव्हते. बुद्धिसामर्थ्य, तालमी, ठरावीक वेळेत खेळ बसविण्याची हुशारी हे सगळे असले तर पुढची गोष्ट. जी उत्तम प्रहसने होती, त्यांतील दोन प्रहसने फारच श्रेष्ठ दर्जाची होती– एक बर्ट विलियम्सचे आणि दुसरे चार्ली चॅपलिनचे.

जातीने निग्रो असलेला बर्ट हा श्रेष्ठ दर्जाचा अविस्मरणीय कलावंत होता. रंगमंचावर येताना तो चेहरा काळा करी, तोंड पांढरे करी आणि सारे दुःख डोळ्यांत आणी. अंगाने पातळ असलेला बर्ट चांगला लांबडा होता. चालताना तो सांधे निखळल्यासारखा डुगडुगत चाले. त्याचा आवाज खालच्या पट्टीतील आणि मंजूळ होता. जीवनातील सगळे कारुण्य तो श्रोत्यांपुढे साक्षात उभे करी. आपल्या भूमिकेत तो एक दुर्लक्षित जीव असे. जेवढा अधिक दुर्लक्षित झाल्याचे दाखवी तेवढा तो जास्ती मजेदार दिसे. पडद्याआतून तो बाहेर येई, त्या क्षणी सगळे थिएटर शांत होई. फूटलाइटपाशी येऊन उभा राहीपर्यंत तो डुगडुगत येई. मग प्रेक्षकांसमोर झुकून आपल्या मोठ्या-मोठ्या दुःखी डोळ्यांनी सर्वांकडे बघत तो आपल्या कार्यक्रमाला सुरुवात करी.

बर्ट विलियमपाशी पुष्कळ चिजा होत्या. 'पोकर खेळ' हे मुग्ध नाट्य सर्वांत उत्तम होते. यांत तो पोकर खेळत असे. त्याच्याशी खेळणारे भिडू काल्पनिकच असत. पत्तेसुद्धा काल्पनिकच. रंगमंचावर मध्यभागी तो बसे. सावकाशपणे एकेका भिडूला पत्ते वाटी, वाटता वाटताच भिडूला नीट ओळखून घेई. पाच जणांना असे पत्ते वाटून होत, मग तो स्वतःची पाने घेई आणि आपला डाव पाही. पाहता-पाहता मध्येच इतर खेळाडूंकडे संशयपूर्ण कटाक्ष टाकी. मग आपला डाव खाली ठेवून जादा पत्ते ओढी. दुसऱ्याने तीन पत्ते ओढले म्हणजे तो खूश होई. एखाद्या भिडूने एकच पान ओढले म्हणजे

त्याचा चेहरा चौकस होई आणि तो अगदी संशयग्रस्त होई. शेवटी तो स्वत: दोन पाने घेई. त्याच्या चेहऱ्यावरून बघणाऱ्याला वाटे की, याला पाहिजे होती तीच पाने निघाली बरे का. पण खेळ अगदी रंगात येई. बर्ट एवढ्या विश्वासाने खेळे की, लवकरच आपल्या सगळ्या टिकल्या समोरच्या भांड्यात टाकी. हा आता जिंकणार असे वाटे. पाने जाहीर करण्याची वेळ येई आणि अचानक मामला बदलून जाई.

बगळ्याप्रमाणे मान बाहेर काढून तो बघ-बघ बघे. आणि खलास! तो डावात हरलेला असे.

मग त्याच्या चेहऱ्यावर साऱ्या मुलुखाचे दु:ख दिसे. त्याची तीव्र निराशा आमच्या काळजाला पोहोचे. आम्ही मोठ्याने हसत असू. हसता-हसता डोळ्यांतून अश्रू ढाळीत असू.

बर्ट विलियम्स हा एक दुखावलेला जीव होता. सदा हारणारा, जीवनाने त्याला काहीच दिलेले नसते, तरी तो आयुष्याचा मार्ग डुगडुग करीत चालत असतोच. त्याच्याबद्दल अनुकंपा वाटे, प्रेम वाटे.

बर्टची नक्कल करणारे पुष्कळ निघाले. त्याचे ते डुगडुगत चालणे, त्याचा मंजूळ आवाज हे अनेकांनी प्रयत्नाने साध्य केले; पण बर्टचे बुद्धिवैभव त्यांना कधीच मिळविता आले नाही.

चार्ली चॅपलिन अमेरिकेस आला तो इंग्लिश म्युझिक हॉल कंपनी घेऊन; नव्या शतकाची आठ-नऊ वर्षे झाल्यावर तो दोन खेळ करी– एक 'ए नाइट्स लॉजिंग' आणि दुसरा 'म्युझिक हॉल'. दोन्ही मुग्ध नाट्येच होती. हे दोन्ही खेळ फार लोकप्रिय होते. ते अनेक दिवस चालले.

'ए नाइट्स लॉजिंग'मधला देखावा म्हणजे एक स्वस्त हॉटेल असे. रंगमंचावर ओबडधोबड खाटल्यांच्या दोन रांगा मांडलेल्या असत. पडदा वर जाताच दिसे की, संध्याकाळ झालेली आहे. रात्र घालविण्यासाठी या स्वस्त हॉटेलात बेघर, भटके लोक येऊ लागत. पुष्कळशा खाटा भरल्या जात. एक म्हातारा भिकारी येई आणि आपली खाट धरी. एकदम चार्ली प्रवेश करी. भरभर पावले टाकीत, इकडे-तिकडे बघत असा येई; मनात काही वाईट हेतू धरून आल्यासारखा. एका क्षणात तो सगळी जागा पाहून घेई आणि भिकाऱ्याच्या शेजारची खाट धरी.

मग सर्वत्र अंधार दिसे. सगळे लोक घोरू लागत– चार्ली आणि तो म्हातारा भिकारी सोडून. तो म्हातारा अस्वस्थ दिसे आणि चार्ली आपल्या पांघरुणाआडून त्याच्याकडे चोरून बघे. लवकरच म्हाताऱ्या भिकाऱ्याची खातरी होई की, सगळ्यांना

झोपा लागल्या आहेत. मग तो आपल्या जवळची पैशाची पिशवी काढून सगळी नाणी अंथरुणावर ओती आणि मोजू लागे. हे पाहताच चार्ली ताबडतोब एक डाव टाकी. आवाज न करता हळूच आपल्या खाटेखाली घरंगळे. खिशांतून एक नाणे काढी (तेवढेच त्याच्यापाशी असे.) आणि त्याचा छनकन आवाज खालच्या फरशीवर करी. त्यासरशी तो कवडीचुंबक म्हातारा, आपलेच नाणे पडले म्हणून खाटेवरून उठे आणि अंधारातच जमिनीवरून रांगत रांगत नाणे शोधू लागे. लगेच इकडे चार्ली त्याच्या नाण्यांवर हात मारी. ती नाणी, ती पिशवी घेई आणि आपल्या अंथरुणावर जाऊन पडे.

नाणी गेली हे ध्यानात येताच तो म्हातारा हवालदील होई. ज्याला त्याला उठवी, पांघरूण ओढी, सगळीकडे शोधे. बाचाबाची, गोंधळ होई. बरीच माणसे म्हाताऱ्या भिकाऱ्याशी दोन हात करण्यासाठी खाटा सोडून पुढे सरसावत. या सगळ्या गोंधळात हा धूर्त चार्ली म्हाताऱ्याचा डोळा चुकवून, गुपचूप एकेक खाट पार करीत जाई, दारापर्यंत पोहोचे आणि पैशाच्या पिशवीसह पसार होई.

दुसऱ्या खेळात चार्ली चॅपलिन दारूबाज भंपकाचे सोंग आणी. तांबडे नाक घेऊन हा पिऊन ठेस झालेला चैन्या गडी, संगीताची मैफल ऐकावयास येतो. दारूच्या नशेत भलत्याच जागी वाहवा म्हणतो. प्रत्येक गोष्टीत जागोजागी अडथळा आणतो. सगळ्यांना पीडाच होऊन राहते. मधूनमधून त्याला झोप लागते आणि काही वेळ मैफल छान चालू राहते. पण एकदम हा जागा होतो आणि ज्या जागी झोप आली होती, तिथपासून पुन्हा त्याचे चाळे सुरू होतात.

या दोन मुग्ध नाट्यांनी चार्ली चॅपलिन अमेरिकन श्रोत्यांच्या माहितीचा झाला. बर्ट विलियम्स आणि चार्ली चॅपलिनशिवाय इतरही काही थोर कलावंत होते. पण हे दोघे फारच श्रेष्ठ होते.

नाटके बेफामच होती. रंगभूमी ही आमच्या जीवनाचा एक महत्त्वाचा भाग होती. तीच आमची एकमेव आणि खरीखुरी करमणूक होती. चित्रपटांत मजा होती, पण त्यांतून बहुधा हलका विनोद असे. रंगभूमीवर श्रेष्ठ नाटके आणि श्रेष्ठ कलावंतांचे दर्शन होई. नाट्यकला ही एक जिवंत वस्तू होती आणि लोकांना तिच्याविषयी विलक्षण अगत्य होते. खेळ सुटला रे सुटला की, थिएटरबाहेर पडून लोक रस्त्याच्या बाजूला घोळक्या घोळक्याने उभे राहत आणि बघितलेल्या खेळावर जोरदार चर्चा करीत. नटनटींच्या कामावर अभिप्राय देत.

याप्रमाणे मी बुडविलेला शाळेचा तास सत्कारणी लागे. इतर कुठेही शिकावयास

मिळणार नव्हते, ते मला रंगभूमीकडून शिकायला मिळाले. जगप्रसिद्ध अशा साहित्यकृतींचा परिचय मला रंगभूमीकडूनच झाला आणि तोसुद्धा श्रेष्ठ दर्जाच्या कलावंतांच्याद्वारा.

मला रंगभूमीची आवड होती. नटांबद्दल आवड होती. 'हल्लीचे नाटक' या विषयावर चर्चा करण्यासाठी आणि धंदेवाईक माणसांचे मत ऐकावे म्हणून मी अधूनमधून क्वॉफकडे जात असे.

एके दिवशी इब्सेनवर रंगलेली आमची चर्चा मधेच थांबून क्वॉफने एकाएकी मला प्रश्न टाकला, ''तू अभिनयाचा अभ्यास का नाही करीत? तुझा तोतरेपणा घालवायचा आहे ना तुला?''

मी मान हलविली; तोतरेपणा मला घालवायचा होताच आणि नट व्हायला मिळाले तर काय?....

''नटाला बोलावं लागतंच आणि तेही योग्य पद्धतीनं,'' क्वॉफ पुढे सांगू लागले; ''नट हो, तोतरेपणा ही एक सवय आहे; वाईट सवय, दुसरं काय?''

क्वॉफचे म्हणणे पटले. पण मी काही बोललो नाही. त्यांनी विचारले, ''अभिनयशिक्षणाची फुकट सोय कुठे आहे, माहीत आहे?''

''नाही, मला माहीत नाही.''

''मी सांगतो. बाजारपेठेतल्या या ठिकाणी जा.'' असे म्हणून क्वॉफनी त्यांच्या कार्डावर एक नाव आणि पत्ता लिहिला. ''इमा शेरिडनला भेट आणि तिला हे कार्ड दे. इमा नाटक बसविते, चांगल्या घरंदाज बायकांनी चालविलेली ही संस्था आहे.''

क्वॉफने दिलेले ते कार्ड माझ्या खिशात बरेच दिवस तसेच राहिले. त्याच्यावर पेन्सिलने लिहिलेली अक्षरे पुसट होऊन जाईपर्यंत मी त्याचा उपयोग केला नाही. क्वॉफनी सांगितलेल्या ठिकाणी जाण्याची उत्सुकता होती आणि तरीही मी जाऊ का नको, असे करीत होतो. कारण माझ्या बोलण्यावर माझा विश्वास नव्हता. एखादा दिवस असा उगवे की, परसदारी बसून मी न अडखळता भाषण करी; पण जर का एक-दोन श्रोते समोर दिसले रे दिसले की—

अखेर एके दिवशी सगळा धीर गोळा करून मी बाजारपेठेकडे गेलो आणि ती जागा शोधून काढली. पण मग एकाएकी माझे अवसान गळाले. आत जाण्याचे मला धैर्य होईना. रस्त्याच्या बाजूला मी उभा राहिलो.

मला आत जाण्याचे धैर्य होत नव्हते आणि इथून परतही जाणे नको होते. मी उभा राहिलो होतो. पुष्कळ मुलेमुली आत जात होत्या. मी बघत होतो. काही

चांगली हुशार मुले होती, काही भोळीभाबडी होती. त्या भोल्याभाबड्या मुलांकडे बघून मनाला वाटले की, मी यांच्यात सहज खपून जाईन. मी फक्त तोतरा होतो. चकणा नव्हतो, फेंगडा नव्हतो; का बुद्धिहीन नव्हतो.

मग मी थोडा आत आलो. तशी एक मुलगी माझ्याकडे बोट करून म्हणाली, "तो बघा, नवा मुलगा."

ही मुलगी माझ्याकडे आली आणि म्हणाली, "त्या खोलीत जाऊन मिसेस हार्शना भेट. नवी मुले आली म्हणजे त्या बघतात."

मिसेस हार्श या बाई चांगल्या होत्या. आपल्या भल्यामोठ्या छातीवर त्यांनी सोनेरी घड्याळ लावलेले होते. क्वॉफनी सांगितलेल्या घरंदाज बायकांपैकी या असाव्यात अशी माझी खातरी झाली.

मग आम्हां दोघांचे बरेच बोलणे झाले. बाईंनी माझ्याबद्दल आणि कुटुंबाबद्दल बरेच प्रश्न विचारले. माझ्या आजोबांचे तंबाखूचे दुकान आणि जाहिरातीचा धंदा याबद्दल बाईंना फारच उत्सुकता होती. त्यांना मी सगळे सविस्तर सांगितले. आम्ही रोज वर्तमानपत्राच्या कचेरीत कसे जातो, काय करतो हे सांगितले. मग त्यांनी एकदम विचारले की "तुला रंगभूमीवर काय व्हायचे आहे?"

मी चकितच झालो म्हणजे काय, मला नट व्हायचे होते.

बाई फार गंभीर झाल्या आणि म्हणाल्या, "आमच्याकडे नट पुष्कळ आहेत. प्रत्येकाला नटच व्हायचे असते. पण आणखी पुष्कळ करण्यासारख्या गोष्टी आहेत रंगभूमीवर– सुतार, पेन्टर, सामान उचलणारे, दिवाबत्ती बघणारे लोक असल्याशिवाय काही थिएटरातला पडदा वर जात नाही. ही सगळी कामं महत्त्वाचीच आहेत."

एवढे सांगून झाल्यावर मी काय म्हणतो म्हणून त्या बघत राहिल्या. मी मान हलविली. नाही, मला नटच व्हायचे होते.

बाईंनी स्मित केले, "आता मिस शेरिडन आल्या की, त्या तुझ्याशी बोलतील हं."

मिस शेरिडन आल्या. चाळिशीच्या जवळपास असलेल्या या बाईंचा पोशाख सुरेख होता.

मिसेस हार्शनी लगेच म्हटले, "आज आपल्याकडे एक नवीन मुलगा आला आहे."

"हो का? छान. आपल्याला मुले हवीच आहेत."

"तुम्ही जरा बोला त्याच्याशी अगोदर."

"का, काही विशेष आहे का?"

"तुम्ही बोललात म्हणजे बरं. बापड्या पोराचं घर मोडलंय."

एवढेच बोलणे माझ्या कानांवर आले. पुढे जास्ती बोलणे झालेही नाही.

‘बापड्या पोराचं घर मोडलंय’ असे म्हणण्यामागे हार्शबाईंना काय सांगावयाचे होते, हे माझ्या ध्यानात येईना. म्हणजे काय? मग माझ्या लक्षात आले की, आई-वडिलांची चौकशी केली तेव्हा मी हार्शबाईंना सांगितले होते की, माझ्या आईने वडिलांशी घटस्फोट घेतला आहे.

शेरिडनबाई माझ्याकडे आल्या. मी त्यांना क्वॉफनी दिलेले कार्ड दिले. क्वॉफना बाई ओळखत होत्या. “तो फारच छान माणूस आहे. चांगला नट आहे.” असे त्या म्हणाल्या. त्यांची माझी गाठ कुठे पडली म्हणून त्यांनी विचारले. आणखीही बरेच प्रश्न विचारले. मला लगेच कळून चुकले की, बाईंना माझे बोलणे कसे आहे, हे पाहायचे आहे.

मी बरा बोललो. मग त्यांनी प्रश्नांमागून प्रश्न विचारले. माझ्याबद्दल अगदी गंभीरपणे आपण विचार करीत आहोत, असा त्यांचा आविर्भाव दिसला. या पोराचा काही उपयोग होणार नाही, असे बाईंना वाटत नसेल का?

माझी भीती खोटी होती. आपल्याशेजारी बसवून बाई माझ्याशी बराच वेळ बोलल्या. इतर अनेक गोष्टींबरोबरच त्यांनी हेही विचारले की, तोतरेपणा जाण्यासाठी मी काही प्रयत्न केले का?

मी म्हणालो, “हो, केले ना.”

प्राचीन ग्रीसमध्ये डेमॉस्थिनीस नावाच्या माणसाने तोंडात गारगोट्या धरून आपला तोतरेपणा घालविला होता. हे वाचून मीही परसदारी बसून तसा प्रयत्न कसा केला, गारगोट्या नाहीत म्हणून मी साध्या गोट्या कशा वापरल्या आणि बराच काळ खटपट करूनही त्याचा काही उपयोग कसा झाला नाही, हे मी बाईंना सविस्तर सांगितले.

बाईंनी लक्षपूर्वक सगळे ऐकून घेतले. मग त्या म्हणाल्या, “चल, तुझ्यासाठी काय करायचं हे अजून ठरवलं नाही मी. पण तू आमच्यात ये तरी. मग मी तुझ्यासाठी काम काढेन, चांगलं महत्त्वाचं काम काढेन.”

‘चांगलं महत्त्वाचं काम’ हे शब्द ऐकून मी अगदी खूश झालो. तोतरा असो नाहीतर बोथरा असो, मला महत्त्वाचे काम पाहिजे होते, ही गोष्ट पक्की.

याप्रमाणे मी या नाटकवाल्यांच्यात शिरलो. योग्य वेळी इमा शेरिडननी मला काही लहान नकला दिल्या. त्या मी कधी व्यवस्थित वाचून दाखवी; कधी धड दोन शब्दही मला नीट वाचता येत नसत. पावसाळ्याच्या सर्दाळ हवेत माझा तोतरेपणा वाढे. पण नकला म्हणून दाखविण्याच्या कामात एकंदरीत पाहता मजा आली. शाळा संपवून आठवड्यातून दोन वेळा मी इकडे येई. शनिवारी तालीम बराच वेळ चाले.

एके दिवशी शेरिडनबाईंनी जाहीर केले की, आपल्याला आता खरेखुरे नाटक बसवायचे आहे. तीन अंकी नाटक आणि ते पोशाख घालून रंगून थिएटरात लोकांसमोर करायचे. तिकीटाचा दर दहा सेन्ट राहणार आणि लोकांना निमंत्रणे जाणार. हे नाटक म्हणजे मार्क ट्वेनच्या 'दि प्रिन्स अँड दि पॉपर' या पुस्तकाचे नाट्यीकरण होते. आम्हाला फार आनंद झाला.

दुसऱ्या खेपेला आम्ही एकत्र जमलो, तेव्हा शेरिडनबाईंनी पार्ट वाटून दिले. हातात लहान पुस्तकांचा गठ्ठा घेऊन त्या खोलीच्या मध्यभागी उभ्या राहिल्या आणि आम्ही सगळी पोरे त्यांच्याभोवती गोळा झालो.

"हं, हे काम तू करायचंस–" असे म्हणून त्यांनी एका मुलीला एक पुस्तिका दिली. "आणि तुला हेच काम योग्य आहे," असे म्हणून आणखी एका मुलाला एक पुस्तिका दिली. "आणि तू जॉन, तू राजपुत्राचं काम करायचंस. आता भिकाऱ्यासाठी कोण आहे बरं? तू, तुलाच योग्य आहे हे काम."

मी आपला सगळे बघत बाजूला उभा होतो, वाट बघत होतो. सगळे पार्ट वाटून झाले आणि मला भीती वाटत होती, तेच नेमके घडले. मीच तेवढा बिनपार्टाचा राहिलो.

मग माझ्याकडे बघून बाई म्हणाल्या, "अरे तुलाच बघत होते मी इतका वेळ. तुझ्यासाठी पार्ट आहे, सगळ्यात महत्त्वाचा. बरं का, राजपुत्राला मवाल्यांच्या हातून सोडविणाऱ्या घोळक्याचा तू पुढारी. तुझ्या हातात 'दंड' वागवायचास तू."

माझा चेहरा उजळला. थोडका हसलो. मला पार्ट तर होताच, पण मला दंड वागवावयाचा होता. 'दंड' म्हणजे काय असेल याची मला नीटशी कल्पना नव्हती. पण हा प्रकार बहुधा सोन्या-चांदीचा केलेला असावा आणि तो हातात असला की, त्या माणसाला काही विशेष अधिकार प्राप्त होत असावा; असा मी तर्क केला. पुढे मला कळून आले की, हा दंड साध्या लाकडाचाच असतो.

पार्ट मिळाला पण माझी नक्कल नाही मिळाली. चुकून द्यायची राहिली असेल म्हणून मी बाईंकडे बघितले.

"नक्कल नाही तुला. हा पार्ट तुझा तूच करायचास. बोलायचं नाहीच काही. सगळं दाखवायचं ते हावभावाने. तुला गुरकावता येतं का?"

"हो, येतं की."

"किती तऱ्हेनं येतं गुरकावता?"

"दोन-तीन तऱ्हेनं येईल."

"अं? तेवढ्यानं नाही काम भागणार. अनेक तऱ्हा दाखविल्या पाहिजेस. हे

बघ, राजपुत्राला जेव्हा धाक घातला जाईल तेव्हा, तू गुरगुरायचंस ते नापसंतीचं आणि भीतीचं. मग आणखी तऱ्हा. एक घाणेरडी गुरगुर. जिच्यातून तू संतापला आहेस असं दिसेल आणि मग आनंदी गुरगुर. जेव्हा राजपुत्राची सुटका होते ना तेव्हा. तुला फार मेहनत घेतली पाहिजे. निरनिराळ्या पद्धतीत चाळीस वेळा गुरकावता आलं पाहिजे तुला. आणि नुसतं नाही, प्रत्येकातून योग्य अर्थ निघाला पाहिजे. फार महत्त्वाचा पार्ट आहे हा.''

पुढे चार आठवडे मी गुरकावत राहिलो आणि असे काही नवे गुरकावणे मी शोधून काढले की, ते यापूर्वी कुणी ऐकले नव्हते. आजतागायत कुणी ऐकले नसेल.

मी ज्यांचा पुढारी होतो, तो घोळका रस्त्यावर गोळा केलेला होता. सुरुवातीला दोघे-तिघेच मिळाले होते; पण जशा तालमी जोरात सुरू झाल्या, तसे आम्ही त्यांना सांगितले की, तुमचे भाऊ, चुलते, मित्र घेऊन या. मग दोन एक डझन माणसे गोळा झाली. त्यांतला प्रत्येक जण हुशार होता. मी त्यांच्या तालमी घेतल्या. त्यांना तयार केले. एकजुटीने काम करणाऱ्या या घोळक्याचा मला मोठा अभिमान वाटे. बाकीचे नट अगदी शेवटच्या दिवशीसुद्धा आपली वाक्ये विसरले. सांगितलेल्या खाणाखुणा विसरले; पण ही माझी माणसे मुळीच चुकली नाहीत. तयार लोक होते अगदी. माझी ही कामगिरी शेरिडनबाईंच्या नजरेत भरली. त्यांनी ही गोष्ट सर्वांसमक्ष पुन:पुन्हा बोलून दाखविली.

रंगीत तालमीचा दिवस उजाडला. सगळे ठाकठीक होते. सीनसीनेरी, प्रॉपर्टी, अमुक-तमुक हे सगळे. आम्ही लोखंडी शिक्कासुद्धा मागून आणला होता. राजपुत्राच्या कामासाठी तो लागणार होता आणि हा शिक्का इंग्लंडच्या राजाचा शिक्का म्हणून वापरायचा होता बरं का. उसना आणलेला हा शिक्का त्या शिक्क्यासारखा दिसेल की नाही, याची मला जबरदस्त शंका होती. पण कोणी काही बोलले नाही. मग आपणच कशाला बोला?

रंगीत तालमीची तयारी म्हणजे मजाच होती. शेरिडनबाईंनी मोठ्या पेट्या उघडल्या आणि आम्हा प्रत्येकाला पोशाख दिले. एक पेटी नुसती केसांच्या टोपांनीच भरली होती. यातला कोणता टोप कोणाचा आहे, हे बाईंना बरोबर माहीत होते.

टोप घालून मी आरशात पाहिले. भीतीच वाटली. मला भीती वाटली त्यासरशी चेकाळून मी सगळीकडे नाचलो आणि गुरकावून तोंडे वेडीविद्री करून सगळ्या पोरांना भिववू लागलो. त्या तांबड्या टोपाने मी बेफामच झालो.

रंगीत तालीम छान झाली. आता काही जण बोलताना चुकले आणि त्यांना आपली वाक्ये पुन्हा म्हणावी लागली ही गोष्ट वेगळी. पण माझे सगळे भिडू छान होते. एकदा दोनदाच एन्ट्री चुकली. गुरकावणे चुकले, बाकी सगळे अगदी झकास जमले.

सगळे नीट झाले. पण शेरिडनबाईंना त्यांत सुधारणा करण्याजोगे पुष्कळ दिसले. त्यांनी काही प्रयोग आमच्याकडून पुन्हा करून घेतले. अशाने आपला प्रयोग घासूनपुसून चकचकीत होतो, असे त्यांचे म्हणणे होते. त्यांचे म्हणणे काही चुकीचे नव्हते. खरंच प्रयोग सुधारला.

नंतरच्या शनिवारी, रंगायच्या खोलीत आम्ही रंगभूषा करण्याच्या गडबडीत होतो. मी आणि माझे भिडू जळलेल्या बुचाने चेहरे काळे करून घेत होतो. कारण ते गुंडांसारखे घाणेरडे दिसायला हवे होते. एवढ्यात मिसेस हार्श आत आल्या. त्यांच्या छातीवरचे सोन्याचे घड्याळ सारखे वरखाली होत होते. त्या अगदी नर्व्हस दिसत होत्या.

''बरं का, सांगितलेल्या खाणाखुणा ऐन वेळी कोणी विसरायच्या नाहीत. आजचा आपला प्रयोग उत्तम व्हायला हवा. फार मोठे पाहुणे बघायला बसणार आहेत.'' एवढे सांगून त्या निघून गेल्या.

जराशाने माझ्या लक्षात आले की, आमच्यापैकी काही जण पडद्यामागे जमले आहेत आणि फटीतून प्रेक्षकांकडे बघत आहेत. एकेक जण पाळीपाळीने बघत होता.

फटीतून बघणारी एक मुलगी म्हणाली, ''आले, आले हं ते. आताच एका बाईंच्या बरोबर आले.''

मी विचारले, ''कोण?''

''अरे, मार्क ट्वेन! लेखक.''

''मार्क ट्वेन? बघू दे मला. कोणते गं?''

''ते पाचव्या रांगेत आहेत ते. पांढऱ्या केसांचे आणि पांढरा सूट घातलेले.''

''पण आता हिवाळा आहे. हिवाळ्यात पांढरा सूट घालत नाहीत.'' मुलगी म्हणाली.

''पण मार्क ट्वेन घालतात.''

मला नवलच वाटले. फटीला डोळा लावून मी प्रेक्षकांकडे बघितले. खरंच एक गृहस्थ होते खरे. त्यांच्या डोक्यावर पांढरी झुलपे होती आणि अंगात पांढरा सूट होता.

लगेच ही बातमी सगळीकडे झाली. 'दि प्रिन्स अँड दी पॉपर' आणि 'हक

फिनी'चे लेखक प्रेक्षकांत आहेत. त्यांना तिकीटसुद्धा काढावे लागले नाही. एवढ्या प्रसिद्ध माणसाला तिकीट काढावे लागत नाही.

'टॉम सायर', 'हक फिनी' आणि 'लाइफ ऑन मिसिसिपी' ही मार्क ट्वेन यांची पुस्तके मी वाचलेली होती. त्यांना समोरच्या प्रेक्षकांत प्रत्यक्ष बसलेले बघूनही माझा विश्वास बसेना. मी पुष्कळ पुस्तके वाचलेली होती, पाहिलेली होती; पण काय असेल ते असो, ही पुस्तके लिहिणारे लेखक अस्तित्वात असतील यावर माझा विश्वास बसत नसे. लेखक म्हणजे मला कुणीतरी वेगळेच लोक वाटत. ते या लोकी नसावेत असे वाटे. मी पुन्हा एकवार फटीतून डोकावलो. मार्क ट्वेन खरोखरीच आहेत का हे पाहिले. होते खरे!

मग मी परत आत गेलो. माझ्या सगळ्या लोकांना बोलावून म्हणालो, "बरं का गड्यांनो! आज तुमची कामं उत्तमच झाली पाहिजेत." आणि हातातील दंडाने मी त्यांना थोडेफार भेडसावलेही. त्यांना कळले की, हा काही अभिनय नाही. हा बोलतोय ते खरे आहे.

वेळ झाली. प्रेक्षकांत शांतता झाली. दिवे कमी-कमी झाले आणि पडदा उघडला. विंगच्या आत उंच स्टूल घेऊन मिस शेरिडन बसल्या होत्या. त्यांनी आपल्या हातात नकलांचे कागद ठेवले होते. ऐनवेळी कोणी बोलणे विसरले की, त्या मागून 'प्रॉम्प्टिंग' करणार होत्या.

पण कोणी विसरलेच नाही. पानामागून पाने उलटताना शेरिडनबाईंचा चेहरा हसरा दिसू लागला. त्यांच्या चेहऱ्याकडे बघून आमची खातरीच झाली की, सगळे व्यवस्थित चालले आहे. सगळे व्यवस्थित चालले होते म्हणजे आता आम्हा गुरकावणाऱ्यांना आपले काम कधी नव्हे असे उत्तम वठवावे लागणार होते. मग आम्ही अशा जोराने प्रवेश केला आणि असे गुरकावलो की, बघणाऱ्यांच्या छातीत धडकीच भरली. पहिल्या रांगेत बसलेल्या पोरांचे भेदरलेले चेहरे बघून आम्हाला हे कळले आणि हे कळताच आम्हास जास्ती जोर चढला. आमची कामे आणखी चढली.

प्रयोग फारच उत्तम झाला. शेवटचा पडदा पडला तेव्हा टाळ्यांचा प्रचंड कडकडाट झाला. पुन:पुन्हा लोकांनी मागणी केली आणि पुन:पुन्हा पडदा उघडावा लागला. तिसऱ्यांदा पडदा वर झाला आणि मी आणि माझे अनुयायी एका ओळीत स्टेजवर आलो. संचलन करीत पुन्हा विंगमध्ये गेलो. या वेळी प्रेक्षकांकडे पाहून आम्ही आमचे काळे चेहरे हसरे केले आणि प्रेक्षकांनीही आमचे

जोराने स्वागत केले.

'वन्स मोअर'ची गडबड संपली, तसे आम्ही रंगायच्या खोलीत घुसलो. टोप काढून चेहरे पुसण्यासाठी कोल्ड क्रीमच्या बाटल्यांत बोटे बुडवतो; एवढ्यात मिसेस हार्श दाराशी येऊन म्हणाल्या, ''चला, चला– टोप घाला आणि स्टेजवर चला. तुमच्या कार्यक्रमपत्रिका हातात घ्या. मार्क ट्वेन तुम्हाला सह्या देणार आहेत.''

गडबडीने मी टोप घेतला. कार्यक्रमपत्रिका घेऊन दाराबाहेर पळालो. एवढ्यात आठवण झाली की दंड घ्यायचा राहिला. पुन्हा पळत आलो; दंड घेतला. आता मार्क ट्वेनना माझी ओळख बरोबर पटली असती. हाच तो मवाली हे कळले असते. स्टेजवर पोहोचलो तेव्हा मुलांनी रांग लावली होती आणि मार्क ट्वेन् प्रत्येकाच्या कार्यक्रमपत्रिकेवर सही देत होते. मी मुकाट्याने रांगेत उभा राहिलो. रांग हळूहळू आखूड होत होती. मी लक्षपूर्वक मार्क ट्वेनना न्याहाळीत होतो. त्यांचे डोळे अगदी आनंदी होते. पांढरे केस छान होते. पण त्यांच्या मिशांकडे पाहून काळजी वाटली. तंबाखूच्या डागांनी त्या माखलेल्या होत्या.

शेवटी माझी पाळी आली. त्यांनी माझी कार्यक्रमपत्रिका हातात घेतली; दोन पावले मागे सरून आपले डोळे तिरळे केले. माझ्याकडे बघत म्हणाले, ''बाप रे, काय दिसत होतास तू! मी भीतीने घाबरून घट्ट गोळा झालो.''

आणि त्यांनी हसून माझ्या कार्यक्रमपत्रिकेच्या समासात सही केली, पण ती लगेच माझी मला परत नाही केली. मी काही बोलावे, म्हणून ते वाट बघत राहिले. पण मी कसला बोलतो! ओठ घट्ट मिटून उभा राहिलो. आपण तोतरे आहोत, हे मी मार्क ट्वेनना मुळीच कळू देणार नव्हतो.

अशा अवघड स्थितीत काही क्षण गेले. मग माझ्या तांबड्या टोपांतून बोटे फिरवून मार्क ट्वेन म्हणाले, ''छान काम केलेस तू.''

आणि पुन्हा एकवार हसून त्यांनी माझे डोके हलविले. ते हसले तेव्हा मीही हसलो.

स्टेजवरून जाता-जाता मला वाटले की, मार्क ट्वेनसारखा चांगला माणूस उभ्या जगात नाही. हिवाळ्यातसुद्धा पांढरा सूट घालण्याचा त्यांना हक्कच आहे. ही एक खास असामी आहे.

धावण्याचा छंद आणि थिएटरचा छंद या दोन्हीतून मला जो थोडाफार वेळ मिळे, त्यात मी संगीताचा नाद करी.

लहानपणी मला बँडवादन आवडे, पुढे ऑर्गन आवडू लागला आणि जसा मी मोठा झालो तशी पियानोबद्दल आवड निर्माण झाली. बरीच वर्षे मी पियानोवर धडे

घेत होतो. या वाद्यावर लुब्ध झालो होतो. स्वेच्छेने मी माझे धडे नीट घेतले आणि चांगली प्रगती केली. पुढे-मागे माझी चांगली तयारी होईल आणि माझ्या शिक्षिकेसारखा मीही पियानो उत्तम वाजवू शकेन अशी आशा मला वाटू लागली. पुष्कळदा मी त्यांना विनंती करी आणि शिकवणी संपल्यावर त्या माझ्यासाठी पियानो वाजवत. मी ऐकत राही.

माझ्याप्रमाणे इतर पुष्कळ मुले शिकत होती. पण मला माहीत होते; मी जसा बोलताना तोतरा बोलतो, तसे ही मुले तोतरे वाजवितात.

कधी-कधी माझी आई मला वाद्यसंगीताच्या मैफली ऐकावयास घेऊन जाई. या कार्यक्रमाचे तिकीट फार असे, म्हणून नेहमी-नेहमी जाता येत नसे; तरीसुद्धा एकदा मी पेदेरवस्कीचे वादन ऐकले; श्रेष्ठ शोपॅन वादनकार डी पॅचमान ऐकला; फ्रान्झ लिस्टचा सेक्रेटरी आणि विद्यार्थी असलेल्या सुप्रसिद्ध रॅफॅअल जोसेफीचे वादन तर मला कित्येकदा ऐकावयास मिळाले. मैफलीत नव्हे; वेगळ्याच जागी. त्याचे असे झाले–

शाळा सुटल्यावर चौदा नंबरच्या रस्त्याने चाललो असताना स्टाइनवे हॉलच्या शो विंडोमधले पियानो बघावेत म्हणून उभा राहिलो. वरच्या मजल्यावरील खिडकीतून पियानोचे स्वर ऐकू आले. कोणीतरी पियानो वाजवीत होते. मी ऐकतच राहिलो. त्या सुंदर स्वरांनी मी झपाटलो गेलो. मला जागचे हलवेना. पण रस्त्यावरचा गोंगाट मध्येच अडथळा आणीत होता.

वरच्या मजल्यावर स्टुडिओ आहे, हे मला माहीत होते. वर जाऊन ऐकणे बरोबर होणार नाही असे वाटले. नीट ऐकू आले असते; कुणाचा त्रास होणार नाही याची काळजी मी घेतली असती, हे खरे. रखवालदाराने हटकले असते, तर मी लगेच चालताही झालो असतो. पण तरीसुद्धा वर जाणे योग्य नव्हे, असे मनोमनी वाटत होते.

पण मला अगदी राहवेना. शेवटी जिना चढून वर गेलो. मोठ्या दालनाची अनेक दारे ओलांडली आणि एका दारापाशी थांबलो. इथेच आत कोणीतरी वाजवीत होते. मी ऐकत उभा राहिलो.

संगीतही उत्तम होते आणि वाजविण्याची शैलीही उत्तम होती. इतके चांगले मी कधी ऐकलेच नव्हते. पण मला मोकळेपणाने, लक्षपूर्वक ऐकता येईना. रखवालदार येऊन केव्हा मला बाहेर काढील हीच धास्ती माझ्या मनात होती. चोरून ऐकत होतो, त्यामुळे मला अपराध्यासारखेही वाटत होते. ही गोष्ट बरी नव्हती. संगीत झाले म्हणून काय झाले, चोरून ऐकणे योग्य नव्हेच.

पण मला पुढेही जाववेना. मी ऐकत उभा राहिलो. आतील वादनपटू अधूनमधून थांबत होता. कधी संपूर्ण अशी गत वाजवीत होता, तर कधी लहान-लहान तुकडे घेत होता. मध्ये बराच वेळ शांतता होत होती. पुन्हा वादन सुरू होत होते.

अशा एका मधल्या शांततेच्या वेळी आता पुन्हा सुरुवात केव्हा होते, म्हणून मी वाट बघत होतो. तेवढ्यात एकदम दार उघडले आणि तो वादनपटू माझ्यासमोरच येऊन उभा राहिला. मी चकित झालो. तोही झाला. हातात पितळी किल्ल्या घेऊन तो माझ्याकडे बघतच राहिला. मला पळून जायचे होते; पण कसे जाणार? काहीतरी बोलले पाहिजे. मी इथे का उभा आहे, हे सांगणे आवश्यक होते.

पण माझी सुटका झाली. तोच बोलला. रागावून नाही अगदी हळुवारपणे त्याने विचारले, "तुम्हाला रॅफॅअल जोसेफींना भेटायचं आहे का?"

"मी मान हलविली आणि घुटका गिळला.

"नाही साहेब."

"आणखी कोणी हवे का?"

"नाही साहेब. मी ऐकत उभा राहिलो होतो. माफ करा."

माझा चेहरा गोरामोरा झाला होता. मी फार गोंधळलो होतो.

त्यावर तो म्हणाला, "हं, ऐकत होतास?"

तो रागावला नव्हता हे नक्की. माझ्या हातून काही गुन्हा झाला आहे, असे त्याला मुळीच वाटल्याचे दिसले नाही.

आता तो गोंधळला. आम्ही समोरासमोर उभे राहिलो.

मग तोच बोलला, "तुला पियानो आवडतो?"

"हो, फार-फार आवडतो."

"ठीक. इथं थांब. मी हा आत्ता आलोच."

तो दालनाच्या शेवटच्या टोकाला गेला. तिथे एका दारावर पाटी होती 'वॉशरूम'. हातातील पितळी चावीने कुलूप उघडून तो आत गेला. जरा वेळाने परत आल्यावर त्याने मला स्टुडिओत नेले.

"मला शरमल्यासारखं झालंय. वाटेल तसं वाजवीत होतो मी. माझ्यासमोर श्रोते नसले म्हणजे, मी फार निष्काळजी होतो. बैस, मघाचं सगळं मी तुला वाजवून दाखवतो."

दोन पियानो होते. त्यांपैकी एकावर बसून जोसेफी म्हणाले, "बाहेर उभं राहून ऐकलंस, ते आपलं काहीतरी होतं. आता ऐक."

आणि त्यांनी वाजवायला सुरुवात केली. वाजवीत असताना मध्येच ते डोळे मिटून घेत होते आणि आपले डोके खूप मागे झुकवीत होते. कधी फार पुढे वाकून पियानोच्या पट्ट्यांना कान लावीत होते. आपल्या नादात हे गृहस्थ अगदी रंगून गेले होते. कुणीतरी बसून ऐकत आहे, हे त्यांच्या ध्यानातून कधीच गेले होते. मी गप्प बसून ऐकत होतो आणि ऐकता-ऐकता त्यांच्याकडे बघत होतो.

त्यांचे डोके मोठे होते. केस करड्या रंगाने होते. पाहताक्षणीच आनंद व्हावा असा काही साधेपणा त्यांच्या चेहऱ्यावर होता. एक प्रकारची खिन्नताही होती. त्यांचे हात मोठे होते. बोटे लांबसडक होती आणि ती अगदी सहज अशी हलत होती.

वाजवून झाल्यावर माझ्याकडे पाहून ते म्हणाले, ''ही एक दंतकथा होती. 'सेंट फ्रान्सिसची पक्ष्यांना शिकवण.' आता मी दुसरी वाजवतो. 'सेंट फ्रान्सिसचे लाटेवरून चालणे.''

या दोन्हीही रचना मी यापूर्वी कधी ऐकल्या नव्हत्या. त्यांच्या कर्त्याचे नाव मला माझ्या शिक्षिकेकडून समजले. या रचना फ्रान्झ लिस्टच्या होत्या. ऐकल्या तेव्हा ही गोष्ट मला माहीत नव्हती. मी आपला ऐकत बसलो. दोन्हीही रचना सुंदर आहेत आणि वाजवायला फार अवघड आहेत, एवढेच मला त्या वेळी वाटले.

जोसेफींनी आणखी काही रचना ऐकविल्या. ते वाजवायचे थांबले ते, कोणी बाई दार उघडून आत आल्या तेव्हा. या बाई शिकवणीसाठी आल्या होत्या. ते दोघे बोलत असताना हळूच उठून मी दरवाज्याकडे गेलो. आता बाहेर पडणार एवढ्यात जोसेफी म्हणाले, ''ए, अरे चाललात काय तुम्ही? उद्या या पुन्हा ऐकायला.''

''उद्या मला येता नाही येणार साहेब, पळायचं आहे.''

जोसेफी गोंधळल्या चेहऱ्याने माझ्याकडे पाहत म्हणाले, ''कुठे पळणार?''

''शाळेच्या टीममध्ये आहे मी. पळण्याच्या शर्यतीसाठी तालमी चालल्यात.''

''हां-हां, ते पळणे होय?'' त्यांना हसू आले, ''मग परवा या.''

''होय साहेब. येईन. याच वेळेला का?''

''हो, याच वेळेला.''

मी बाहेर पडलो. दार ओढून घेताना माझ्या कानावर शब्द आले, ''पळून काय भलं होणार आहे या पोराचं? त्यापेक्षा त्यानं संगीत ऐकलेलं चांगलं.''

यानंतर पुष्कळदा मी जोसेफीकडे जाऊन त्यांचे पियानोवादन ऐकले. श्रोता

मिळाला म्हणून त्यांना आनंद होई आणि ऐकायला मिळणार म्हणून मला आनंद होई.

त्यांचे पियानोवादन ऐकून मला एका नव्या दुनियेचे दर्शन झाले.

पूर्वी मला संगीत म्हणजे कान सुखावणारे सूर वाटत. ऐकावयाचे आणि घरी जाऊन शिळेवर गुणगुणावयाचे. पण जोसेफींबरोबर काही काळ काढल्यावर संगीत ही काय वस्तू आहे, हे मला नव्याने कळले. संगीताने मी वेडावून गेलो, पक्का नादी बनलो. संगीताची हाक मला ऐकू आली आणि मी त्या हाकेला प्रतिसादही दिला.

जोसेफींकडून ऐकलेले संगीत म्हणजे स्वराने रचलेली एक भव्य वास्तू होती; गतिमान अशी वास्तू. माझ्या मनोमनी, स्वरांचा जसजसा उलगडा होत गेला तसे मला प्रचंड मोठे कडे, दऱ्या दिसू लागल्या. दाट जंगले दिसू लागली, मोठमोठे वाडे, त्यांचे मनोरे, भव्य दालने दिसू लागली. इथे, या जगात आपल्या मनात असलेल्या सगळ्या तृष्णा माणसाला आढळतात.

संगीत ऐकल्यामुळे मी जे स्वप्न पाहिले, त्यात काळोखीही होती आणि या काळोखीच्या आत उदासीनता दडलेली होती; जिला आपण ईश्वरी उदासीनता म्हणू अशी आणि काळोखीच्या आच्छादनातून स्वतःला चमत्काराचा साक्षात्कार होत होता.

विश्रांतीच्या वेळी जोसेफी माझ्याशी बोलत असत. या ऐकलेल्या संगीतासंबंधी ते मला अनेक प्रश्न विचारीत आणि मला जे जाणवले; जे वाटले ते सांगण्याचा मी प्रयत्न करीत असे. माझे बोलणे जोसेफींना अगदी मूर्खपणाचे, काहीतरीच वाटत असेल याविषयी मला शंका नव्हती. पण माझे बोलणे ते शांतपणे ऐकून घेत.

एके दिवशी मला संगीताचा नाद कसा लागला, हे जाणून घेण्याची उत्सुकता त्यांनी दाखविली. लहानपणी मी पार्कमध्ये जाऊन बँडवादन कसे ऐकत असे, हे मी त्यांना सांगितले. हे संगीत ऐकून माझे समाधान होत असे. पुढे एकदा माझ्या घराशेजारी असलेल्या चर्चवरून जात असताना मी ऑर्गनचा आवाज ऐकला. हे संगीत ऐकत उभा राहिलो आणि मग बँडवादनाविषयी माझ्या मनात काही पर्वा राहिली नाही. त्यानंतर अनेक वेळा मी चर्चपाशी जाई आणि रस्त्याच्या कठड्याशी रेलून उभा राही. त्या संगीताच्या अनुनादाने मी अगदी भारावून जाई. कठडा धरलेल्या माझ्या हातांना आणि जमिनीवर टेकलेल्या माझ्या पायांच्या तळव्यांनासुद्धा स्वरकंपने जाणवत.

पण पुष्कळदा ऑर्गनचा मला वीट येई. हे संगीत मला कंटाळवाणे वाटे.

दुसरे काही ऐकावे असे वाटे. मग मी पियानोवादनाचे धडे घ्यावयास सुरुवात केली. मला हवे ते मिळाले. पियानोमध्ये रंगत होती. हवे ते भाव जागृत करण्याची शक्ती होती.

जोसेफींनी सगळे ऐकून घेतले. मान डोलाविली.

''पियानो हे नवे वाद्य आहे.'' ते म्हणाले, ''स्पिनिट, हार्पसिकॉर्ड, क्लॅव्हिकॉर्ड या वाद्यांतून ते हळूहळू प्रगत होत आले. जर्मन वादनपटू बाख हा ऑर्गन आणि क्लॅव्हिकॉर्ड वाजवीत असे; फार काय, शोपॅनलासुद्धा आपला आजचा पियानो माहीत नव्हता. मोठे मौल्यवान वाद्य आहे हे.''

जोसेफींच्याकडे मी वारंवार गेलो. अनेक वादनपटू तेथे येत. त्यांची नावे मला माहीत नव्हती आणि विचारण्याचे धाडसही कधी झाले नाही. त्यांपैकी पुष्कळ जण मैफलीत वाजविणारे होते आणि श्रोतृसमुदायापुढे जाण्याअगोदर, जोसेफींसमोर येऊन ते वादन करीत. माझे अज्ञान एवढे की, या लोकांना मी ओळखत नव्हतो. पण हे फार मोठे पियानो वादनकार असावेत, याबद्दल माझी खातरी होती.

जोसेफी मला आपल्या स्टुडिओत कसे येऊ देतात याचे मला नवल वाटे. त्यांचे सर्व मित्र म्हणजे नाणावलेले लोक होते. मी कोणीच नव्हतो. माझे ज्ञानही किती तुटपुंजे होते.

स्टुडिओतून बाहेर पडत असताना एकवार ही गोष्ट मी जोसेफींच्या एका विद्यार्थ्यापाशी बोललो. तो लगेच म्हणाला, ''याचं स्पष्टीकरण अगदी सोपं आहे. जोसेफी फार लाजरे आहेत. इतके लाजरे आहेत की, लोकांपुढे पियानोवादन करणे त्यांना कधीही जमणार नाही. सभाधीटपणा मुळीच नाही त्यांच्यापाशी; फार भितात ते लोकांपुढे जायला. ते लाजरे आहेत. तूही लाजरा आहेस. त्यामुळे दाराशी उभा राहून ऐकताना त्यांनी तुला पाहिलं तेव्हा दोन भीरू माणसं एकमेकांकडे पाहत होती. लगेच त्यांनी तुझं मन ओळखलं.''

◆

हायस्कूलमधील माझ्या शेवटच्या वर्षी मी अब्राहम लिंकनवर एक निबंध लिहिला. या हस्तलिखित दहा पानांनी माझे भवितव्य ठरले. हा निबंध लिहिण्यासाठी मी फार थोडा वेळ खर्च केला, पण त्यामुळे त्याने पुढच्या सर्व आयुष्याचा मार्ग दाखविला.

हा निबंध लिहिण्यात मी थोडा वेळ खर्ची घातला याचे कारण, मी पळणे

सोडून दिले होते. नाटकात काम करणे सोडले होते आणि जोसेफींच्या स्टुडिओत जाणेही बंद केले होते. पळणे बंद करण्याचे एक कारण– जोसेफींचा त्यासंबंधी कानांवर पडलेला शेरा आणि दुसरे कारण म्हणजे मी कितीही वेगाने पळालो, तरी माझ्यापेक्षा वेगाने पळणारी मुले निघतात, ही जाणीव. नाटकांत कामे करणे सोडले, कारण नुसत्या गुरकावण्याचा पार्ट असलेली नाटके फार थोडे नाटककार लिहीत; शिवाय नाटकात कामे करून तोतरेपणा सुधारेल अशी काही आशा नव्हती. जोसेफींच्या स्टुडिओत जाणे बंद केले, याचे कारण जोसेफींनी न्यूयॉर्कच सोडले.

अशा रीतीने हायस्कूलमधल्या माझ्या चौथ्या वर्षी मी रिकामा राहिलो आणि रिकामा होतो म्हणून निबंध लिहिण्याइतपत वेळ मला मिळाला.

नेहमी वर्गात लिहावा लागतो, असा हा निबंध नव्हता. काही विशेष हेतून तो लिहिलेला होता. अब्राहम लिंकन यांच्या शंभराव्या वर्षदिनानिमित्त 'न्यूयॉर्क टाइम्स' या वृत्तपत्राने जाहीर केलेल्या चढाओढीसाठी हा निबंध मी लिहिला होता.

या चढाओढीत भाग घेण्यासाठी मी स्वत: फारसा उत्सुक नव्हतो; माझ्या इंग्रजीच्या शिक्षकांनी मला गळ घातली. अशा चढाओढीत भाग घेण्यासाठी शाळेतील हा एकच विद्यार्थी लायक आहे, असे त्यांचे म्हणणे होते. आणखीही काही विद्यार्थी त्यांनी निवडले होते, पण माझ्यावर जास्ती मदार होती.

मी ही जोखीम टाळण्यासाठी पुष्कळ कारणे पुढे केली, पण शिक्षक काही ऐकायला तयार नव्हते. ते म्हणाले, ''अगदी सोपं काम आहे. आपल्याला अब्राहम लिंकन का आवडतात, हे नेमकं सांगणाऱ्या मजकुराची काही थोडी पानं लिहिली की काम झालं. 'निबंध' या शब्दाला घाबरण्याचं कारण नाही; 'इतिहास' या शब्दाला घाबरण्याचं कारण नाही आणि शैलीचा बाऊ वाटण्याचंही कारण नाही. जे वाटतं ते लिहिणं, एवढंच काम आहे.''

मला उत्साह नव्हता; पण शिक्षकांनी सांगितले आहे, तेव्हा हे केले पाहिजे, असे वाटले. एक गोष्ट बरी होती. मला अब्राहम लिंकन आवडत होते. आजतागायत असा उत्तम पुरुष झाला नाही, असे माझे मत होते. मग मी कामालाच बसलो. लिंकनबद्दल मला जेवढे माहीत होते, जे वाटत होते, ते सगळे दहा पानेच भरले. ही दहा पाने मी शाळेत आणून दिली. आमच्या शिक्षकांनी ती 'न्यूयॉर्क टाइम्स'कडे पाठवून दिली.

निबंध लिहून संपल्यावर सुटलो म्हणून मला आनंद झाला. या गोष्टीचा

पुन्हा विचार करण्याचे कारण नव्हते. लवकरच मी हे निबंधप्रकरण विसरून गेलो. पुन्हा नित्याचे जीवन सुरू झाले. ते तसेच चालू राहील असे वाटले.

पण महिना झाला आणि एकाएकी माझ्या ध्यानीमनी नसताना 'न्यूयॉर्क टाइम्स'ने मला चांदीचे पदक मिळाल्याचे जाहीर केले. माझा विश्वास बसेना. टाइम्सकडून आलेले पत्रच शिक्षकांनी दाखविले तेव्हा खरे वाटले. मला पदक मिळाले होते.

त्यानंतर काही दिवसांनी आमच्या प्रिन्सिपॉलनी विद्यार्थ्यांच्या मेळाव्यासमोर 'न्यूयॉर्क टाइम्स'चे पत्र वाचून दाखविले, भाषण केले आणि ते पदक मला दिले. आपल्या भाषणात ते म्हणाले, ''हा मुलगा लेखक होणार हे निश्चित. या शाळेत हाताने काम करण्याचे शिक्षण त्याने घेतले आहे, त्याचा त्याला फार उपयोग होईल.'' हे नेमके कसे होईल याबद्दल त्यांनी काही सांगितले नाही, पण त्यांच्या सांगण्यावर माझा विश्वास बसला. कारण त्यांनी माझी फार प्रशंसा केली होती.

पदक देण्याचा हा समारंभ माझ्या आयुष्यातील एक महत्त्वपूर्ण प्रसंग होता असे मला वाटते. हा समारंभ फारच छान झाला आणि माझे पदकही फार छान होते. पदकाच्या एका बाजूवर लिंकनचा मुखवटा होता. 'With malice towards none, with charity for all' हे वाक्य होते. आणि दुसऱ्या बाजूला 'न्यूयॉर्क टाइम्सकडून पारितोषिक' असे कोरलेले होते.

समारंभ संपताच माझ्याभोवती मुलांचा घोळका जमला. माझे पदक या हातून त्या हातात फिरत राहिले. पण माझे नीट लक्ष होते. अनेक मुलांच्या हाती हिंडून माझे पदक माघारी आले आणि पेटीत ठेवून ते मी खिशात घातले, तेव्हा मला फार आनंद झाला.

शाळा सुटताच मी धावत घरी आलो. आजोबांना आणि आजीला माझे पदक दाखविले. यापूर्वीही मी अशी पदके त्यांना दाखविली होती, पण ती खेळात मिळविलेल्या प्रावीण्याबद्दलची. माझ्या शारीरिक सामर्थ्याने आजोबा आणि आजी काही दिपून गेले नव्हते. आताची गोष्ट वेगळी होती. हे पदक माझ्या बौद्धिक प्रावीण्याबद्दल मिळालेले होते.

आजोबांनी लगेच माझे पदक मागून घेतले. दुकानात येणाऱ्या काही विशेष गिऱ्हाइकांना दाखविण्यासाठी त्यांना ते पाहिजे होते. ही गोष्ट मला रुचली नाही. उगीच गोंधळ कशाला, असे वाटले. पण आजोबांपुढे बोलणे नाही! शिवाय त्यांचे म्हणणे पडले की, तुझ्या खिशाऐवजी हे पदक दुकानात जास्ती सुरक्षित राहील. तुला हे हरवायचे आहे का? आणि मी ते काही सगळ्यांना दाखविणार

नाही. फक्त काही खास लोकांनाच दाखविणार. आजोबांच्या खरेपणाबद्दल मला शंका नव्हती. पण 'खास लोकांनाच दाखविणार' हे काही घडणार नाही, असे मला वाटले. तसेच झाले.

दुकानात कोणी सिगार न्यायला आले, कोणी तपकिरीची पुडी न्यायला आले, कोणी जाहिरात द्यायला आले की, लगेच आजोबा माझे पदक काढून दाखवत व लहानसे भाषण करून माझी निवड कशी झाली. समारंभाच्या वेळी माझे प्रिन्सिपॉल 'हा लेखक होईल' असे कसे म्हणाले, ही हकिकत सांगत.

आपल्या गल्लीतील मुलाने केवढा मान मिळविला ही गोष्ट समजताच प्रत्येक जण चकित होत होता. सगळ्या शेजाऱ्यांच्या तोंडी दोनएक दिवस माझे नाव होते. कोणीही बंबवाले, पोलीस असली मंडळी भेटली की, माझ्याकडे पाहून अभिमान दाखविणारे स्मित करीत होते. मि. शुल्ट्झनी हस्तांदोलन करून माझे अभिनंदन केले. मि. हॅडले म्हणाले की, अब्राहम लिंकनसारखा थोर पुरुष झाला नाही. अशा थोर पुरुषाबद्दल तू आस्था बाळगून आहेस; याचा मला फार आनंद झाला. ओलिअरीबाई म्हणाल्या, ''पोरगा हुशार आहे, हे मला पूर्वीच कळलं होतं हो!''

पण या तेजोवलयामागे, सूर्यप्रकाशामागे काळा गडगडाटही होता.

काही जण म्हणाले, 'न्यूयॉर्क टाइम्स'ने पारितोषिक दिले ते चांगल्या हेतूने; पण लहान मुलांना 'लेखक व्हा' म्हणून उत्तेजन देणे, ही गोष्ट काही चांगली नाही. व्यवसाय म्हणून एखादा लेखन करू लागल्यास त्याच्या वाट्याला दुःखच येणार. लोकांनी नाना तऱ्हेच्या गोष्टी सांगितल्या. फलाण्या लोकांना आपली उत्तम पुस्तके तुरुंगात कशी लिहावी लागली; काही लेखक-लोक उपासमारीने कसे मेले आणि काही जण दारुडे बनून कसे वाया गेले. तात्पर्य हे की, लेखक होणे ही काही चांगली गोष्ट नव्हे.

या सगळ्या चित्तरकथा मी ऐकून घेतल्या. त्या ऐकून मला भीती मुळीच वाटली नाही. न्यूयॉर्कसारख्या मोठ्या शहरात जन्माला आल्यामुळे अनेक भलेबुरे अनुभव मी घेतलेले होते. काही गोंधळ होऊन मला तुरुंगात बसावे लागेल, उपासमारीने मरेन किंवा दारुडा होईल अशी धास्ती मला मुळीच वाटली नाही. माझ्या या 'मंतरलेल्या बेटा'वरचा रस्ता मी कधी चुकलो नाही. तसा आयुष्याच्या मार्गावरही मी चुकणार नाही, असा मला विश्वास होता. चुकलो तरी माझ्या गावातील वाट जशी मी शोधून काढीत असे, तसा हा रस्ताही मी शोधेन याची मला खातरी होती.

मी मॅनहॅटनमध्ये म्हणजे एका लहानशा जगातच राहिलो होतो. सगळ्या जातीची माणसे मी पाहिली होती. जीवनातल्या धकाधकीला तोंड दिले होते. माणसावर येतात तसले प्रसंग माझ्यावर आले होते. निदान त्याची वानगी तरी मी पाहिली होती. लेखकांविषयी ऐकलेल्या गोष्टींमुळे मी मुळीच घाबरलो नाही. आपण लेखकच व्हायचे, हे नक्की ठरवून टाकले.

अब्राहम लिंकनवर दहा पाने लिहिल्यामुळे मला एक विशेष शोध लागला होता. आपल्याला वाटते ते बोलूनच सांगितले पाहिजे, असे नाही; लिहूनही ते सांगता येते. हे लिहिलेले मी जर बोललो असतो, तर मी छप्पन वेळा तोतरे बोललो असतो आणि तोतरे बोलणे कोण शांतपणे ऐकून घेणार? आता मार्ग सापडला होता. दौत-टाक घेऊन मी माझ्या मनातले दुसऱ्याला सांगू शकत होतो.

क्वॉफने सांगितले, त्यावर माझा विश्वास होता. लेखकाला लिहिण्यासाठी लागणारे साहित्य, जीवनच त्याला पुरविते. रोजचे जीवन जगणे, नाना तऱ्हेच्या लोकांत मिसळणे यातूनच लेखकाला हवे ते मिळते. वयाने लहान असलो तरी बराच अनुभव मी गाठीला बांधला होता. चांगला धडाभर अनुभव.

तंबाखूचे दुकान कसे चालवावे, जाहिरातीचा धंदा कसा करावा, हे मला माहीत होते. वर्तमानपत्रांची सृष्टी, जोडे बांधण्याचा धंदा, सुतारकाम, शेतीव्यवसाय, राजकारण, कामगारजगत, संगीत या सगळ्यांविषयी मला थोडीफार माहिती होती.

लाकडी रेड इंडियन कसा रंगवावा, गुत्त्यामध्ये भांडण कसे लावून द्यावे, घोड्याची पारख कशी करावी आणि विजेवर चालणारी घंटा कशी जोडावी, हे मला माहीत होते.

आतापर्यंत या सगळ्या गोष्टी सुट्या-सुट्या आणि निरुपयोगी वाटत होत्या. पण मी लेखक व्हायचे ठरविले आणि वेडेवाकडे कापलेले तुकडे जुळविले जाऊन चित्रकोडे सुटावे तसे झाले. या फुटकळ गोष्टींना अर्थ प्राप्त झाला. हे सगळे अनुभव कधी ना कधी मला उपयोगात आणता येणार होते.

हा धडाभर अनुभव म्हणजे जीवनाने माझ्या पदरात टाकलेली मौल्यवान देणगी होती. मग मला जाणीव झाली की, आयुष्यभर मी जर असाच चौकस, आस्थेवाईक राहिलो; तर ही देणगी मला वरचेवर मिळत राहील. अनेक प्रसंग आणि अनेक व्यक्तिचित्रे यांचा मोठा साठा माझ्यापाशी जमा होईल. हवे

तितके लिहावे.

धडाभर अनुभवाने आरंभ तर आता झाला. आता 'लेखक होणार' म्हणून ठरविल्यानंतर एका अनुभवातून दुसऱ्या अनुभवाकडे, एका धाडसातून दुसऱ्या धाडसाकडे जाण्याकडे माझी नजर लागली.

माझ्या जीवनाला दिशा मिळाली होती. आता मी लहान मुलगा राहिलो नव्हतो. माझे मलाच वाटले, मी आता कळता झालो.

माणदेशी माणसं

श ब्द चि त्रे

व्यंकटेश माडगूळकर

स्वातंत्र्योत्तर मराठी साहित्यात जे अक्षर-ग्रंथ निर्माण झाले
त्यात 'माणदेशी माणसं'चा समावेश होतो,
या व्यक्तिचित्रांत जुन्या कथेतील गोष्ट तर आहेच
पण जीवनाच्या अस्सल गाभ्यालाच स्पर्श करणारी
नवलकथेची किमयादेखील आहे.
अंधारातून पहाट व्हावी, कळीचे फूल व्हावे
इतक्या सहजतेने रेखाटलेली ही चित्रे अस्सल मराठी आहेत.
दरिद्री माणदेशातील, सामान्य जीवनातील न संपणारं दु:ख
निरागसपणे व्यंकटेश माडगूळकर सांगतात.
हे दु:ख पाहिलं की मन भांबावतं.
माणसं सुखासाठी धडपडतात, पण त्यासाठी
ती जन्माला आलेली नसतात असा उदार विचार मनात येतो.
जीवनातील हे कारुण्य माडगूळकरांनी कलावंताच्या अलिप्ततेने टिपले आहे
त्यामुळं त्यांची ही माणसं आपल्याला विसरता येत नाहीत.
त्यांची आठवण झाली की ती मनाला अस्वस्थ करून टाकतात...